అనగనగా ఒక తండ్రి.

Kondagunta Chitra Venkatesh

pencil

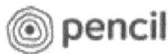

అనగనగా ఒక తండ్రి.

ISBN 978-93-5458-273-8
© venkatesh kondagunta 2021
Published in India 2021 by Pencil

A brand of
One Point Six Technologies Pvt. Ltd.
123, Building J2, Shram Seva Premises,
Wadala Truck Terminal, Wadala (E)
Mumbai 400037, Maharashtra, INDIA
E connect@thepencilapp.com
W www.thepencilapp.com

DISCLAIMER: *This is a work of fiction. Names, characters, places, events and incidents are the products of the author's imagination. The opinions expressed in this book do not seek to reflect the views of the Publisher.*

Author biography

! నా అసలు పేరు కొండగుంట వెంకటేష్ బాబు. చిత్ర వెంకటేష్ పేరుతో నేను చాల రచనలు చేశాను. నాలుగు సార్లు స్వాతి సపరివార పత్రిక నిర్వహించిన నవలల పోటీలో బహుమతి పొందాను. స్వాతి నిర్వహించిన అనిల్ అవార్డ్ నవలల పోటీలో రెండు సార్లు బహుమతులు పొందాను. ఆంధ్రభూమి నిర్వహించిన కథల పోటీలో కూడా బహుమతి తీసుకున్నాను. నా నవలలు వెబ్ ప్రతికలో కూడా ప్రచురించబడ్డాయి. సుకథ.కామ్ అనే పెయిడ్ వెబ్ పత్రికలో నావి అయిదు నవలలు ఉన్నాయి. నేను హైదరాబాదులో ఉంటాను. టాక్స్ కన్స్ ల్ టెంట్ గా ప్రాక్టీస్ చేస్తున్నాను.

CONTENTS

1

వాకిట్లో కళ్ళాళ్ళప్పి జల్లి ముగ్గు పెడదామని తలుపులు తెరిచింది జాహ్నవి. నేలమీద ఎవరో పడుకుని ఉన్నారు. ఎవరా అని దగ్గరకు వెళ్ళి చూసింది. ఆ వ్యక్తికి దాదాపు యాబైఅయిదు సంవత్సరాలు ఉంటాయి. సన్నగా ఉన్నాడు కాని ఒళ్ళు చక్కగా ఫిట్ గా ఉంది. తెల్లటి పైజామ షర్టు వేసుకున్నాడు. పక్కన చిన్న సూటు కేసు ఉంది. నిన్న రాత్రి జాహ్నవి ఆమె కూతరు ప్రియ సినిమాకు వెళ్ళారు. ఇంటికి వచ్చేసరికి దాదాపు పదకొండు గంటలైంది. అప్పుడు ఈ మనిషి కనిపించలేదు. తాము లోపలికి వెళ్ళిన తరువాత వచ్చి ఉండాలి. ముందు ప్రియను పిలుద్దామని అనుకుంది. తరువాత వద్దులే అనుకుని తనే లేపటానికి ప్రయత్నించింది.

‘‘ఏమండి ఎవరు మీరు"అంది గట్టిగా.

అతనిలో ఎలాంటి స్పందన లేదు.

‘‘ఈ సారి ఇంకా గట్టిగా పిలిచింది.

‘‘ఏమండి. మిమ్మల్నే ఎవరు మీరు. ఇక్కడ ఎందుకు పడుకున్నారు"

ఈ సారి అతనిలో చలనం వచ్చింది. చప్పన లేచి కూర్చున్నాడు.

తనని తాను ఒక్క క్షణం పాటు ఆయోమయంగా చూసుకున్నాడు. తరువాత వెంటనే లేచి నిలబడ్డాడు.

“ఎవరు మీరు ఇక్కడ ఎందుకు పడుకున్నారు "మళ్ళి అదే ప్రశ్న వేసింది జాహ్నవి.

“సారీ అమ్మా. రాత్రి ఒక అడ్రస్సు కోసం వెతుకాను. ఎంత ప్రయత్నించిన దొరకలేదు. అప్పటికే బాగా చీకటిపడిపోయింది. ఎక్కడికి వెళ్ళాలో తెలియలేదు. నాకుఇక్కడ ఎవరు తెలియదు. ఈ ఊరుకు కొత్త. అందుకే రాత్రికి ఎక్కడైన పడుకుని ఉదయం లేచి వెళ్ళిపోదామని అనుకున్నాను. మీ వసారా తప్పనాకు ఏం కనిపించలేదు. అందుకే పడుకున్నాను. చాల దూరం బస్సులో ప్రయాణం చేశాను. బాగా అలసిపోయాను. పడుకున్న వెంటనే నిద్రపోయాను. ఇదిగో మీరు లేపితే కాని లేవలేకపోయాను"అన్నాడు ఆయన.

“మీరు ఎక్కడనుంచి వస్తున్నారు"అడిగింది జాహ్నవి.

“భైరవలంక నుంచి వస్తున్నాను. పగలు బస్సులో టిక్కెట్టు దొరకలేదు. అందుకే రాత్రి ఏడుగంటల బస్సు ఎక్కాను. ఇక్కడికి వచ్చేసరికి పదిన్నర అయింది. అడ్రస్సు వెతుక్కుంటు వెళ్ళాను. కాని ఎక్కడ దొరకలేదు. ఎవరు చెప్పలేకపోయారు. సరిగ్గా ఇక్కడికి వచ్చేసరికి బాగా పొద్దుపోయింది. అందుకే ఇక్కడ పడుకున్నాను. క్షమించండి. మీకు ఇబ్బంది కలిగించినట్టున్నాను "అన్నాడు అపాలజటిక్ గా.

మనిషిని చూస్తుంటే చాల మర్యాదస్థుడిలా కనిపించాడు. మాటలు కూడా స్వచ్చంగా తడబాటు లేకుండ ఉన్నాయి. బట్టలు

సాదాసీదాగా ఉన్న అతనిలో సంస్కారం పెద్దమనిషి తనం కనిపిస్తుంది. మొహం మాత్రం బాగా పాలిపోయింది. రాత్రంతా చలిలో తిరిగినట్టున్నాడు. బాగా డస్సిపోయినట్టున్నాడు. కాని మొహంలోమాత్రం మంచి కళ ఉంది. ముఖ్యంగా కళ్ళు తెలివిని సూచిస్తున్నాయి. కారుణం తెలియదు కాని ఎందుకో అయనను చూస్తుంటే ఒకఆత్మీయుడిని చూసినట్టుగా ఉంది జాహ్నవికు. కాఫీ ఇచ్చి పంపించాలనుకుంది.

"రండి పెద్దవారు. లోపలికి వచ్చి కూర్చోండి. వేడి కాఫీ తీసుకుందురుకాని "అంది జాహ్నవి.

"ఆప్యాయంగా పిలిచినందుకు చాల సంతోషంగా ఉందమ్మా. కాని మీకెందుకు ఇబ్బంది. నా దారిన నేను పోతాను "అన్నాడు ఆయన మొహమాటంగా.

"ఫర్వాలేదు రండి. పెద్దవారు. మీ కూతురు లాంటి దాన్ని పిలుస్తున్నాను కాదనకండి "అంది.

ముందు ఆయన రావటానికి ఒప్పుకోలేదు. జాహ్నవి మరిమరి బలవంతం చేసేసరికి కాదనలేక లోపలికి వచ్చాడు.

"మీరు కూర్చోండి. కాఫీ తీసుకువస్తాను"అని లోపలికి వెళ్ళింది.

ఆయన కూర్చుని చుట్టు చూశాడు. ఇల్లు చిన్నదైన శుభ్రంగా అందంగా ఉంది. గోడకు నిలువెత్తి వ్యక్తి ఫోటో కనిపించింది. తెల్లగా అందంగా స్మార్టుగా ఉన్నాడు. ఆ ఫోటో ఆయనను విపరీతంగా ఆకర్షించినట్టు ఉంది. తదేకంగా దాన్ని చూస్తూ ఉండిపోయాడు.

జాహ్నవి కాఫీ తీసుకుని వచ్చేసరికి ఆయన ఫోటో వైపు

కళ్ళుఆర్పకుండ చూస్తున్నాడు.తన భర్త ఫోటో లో అంతగా ఏముందో జాహ్నవికి అర్ధంకాలేదు.

“ఏమిటి బాబాయ్ గారు అలా చూస్తున్నారు " అడిగింది జాహ్నవి.

“ఆ ఫోటోలో ఉన్నది ఎవరమ్మా "అడిగాడు ఆయన.

“నా భర్త. బాంకులో ఉద్యోగం చేసేవారు"అంది జాహ్నవి.

“చేసేవారు అని చెప్పుతున్నావు. ఇప్పుడు చెయ్యటం లేదా.”

“ఆయన చనిపోయి ఆరునెలలు అయింది "అంది.

చివరి మాట అంటున్నప్పుడు ఆమె కళ్ళలో నీళ్ళు తిరిగాయి.

“అయ్యో ఎంత పని జరిగింది. అనవసరంగా నీ గతం కెలికి బాధపెట్టాను "నొచ్చుకున్నాడు ఆయన.

“ఫర్వాలేదు. మీరు తెలియకచేశారు. ఇందులో మీ తప్పు ఏం లేదు. ముందు కాఫీ తాగండి. తరువాత ఏం చెయ్యాలో ఆలోచిద్దాం"అంది జాహ్నవి.

అతను కాఫీ తాగుతుంటే ఆమె లోపలికి వెళ్ళింది. తన బెడ్ రూంలో ఆదమరిచి నిద్రపోతుంది ప్రియ. రాత్రి బాగా చదివినట్టుగా ఉంది. పుస్తకాలన్ని చెల్లా చెదరుగా మంచంమీద పడిఉన్నాయి.

“పిచ్చి పిల్లా రాత్రంతా చదివినట్టుగా ఉంది"అనుకుంటు పుస్తకాలన్ని తీసి సర్దింది. తరువాత కూతరును లేపింది.

“”ఏమిటమ్మ అప్పుడే నిద్రలేపావు. ఇంకాకొంచం సేపు నిద్రపోనివ్వు"అంది గారాబంగా.

“అప్పుడే ఏమిటి. బాగా తెల్లవారిపోయింది. ఈ రోజు స్కూల్ కు తొందరగా వెళ్ళాలని చెప్పావు. ఏదో స్పెషల్ క్లాసు ఉందని కూడా

అన్నావు అందుకే లేపాను "అంది జాహ్నవి.

స్పెషల్ క్లాసు అని వినగానే ప్రియ మత్తు పూర్తిగా పోయింది.

"అవునమ్మా మరిచిపోయాను. ఈ రోజు లెక్కల క్లాసు ఉంది. టీచర్ కొంచం తొందరగా రమ్మని చెప్పారు. మరిచిపోయాను. లేను తయారవుతాను. ఈ లోగా నువ్వు కాఫీ టిఫిన్ రెడిచెయ్యి " అంది ప్రియ

"అలాగే కంగారుఏం లేదు. నిదానంగా రా" అని కిందికి వెళ్ళింది జాహ్నవి.

అయన అప్పుడే కాఫీ తాగి గ్లాసును టేబుల్ మీద పెడుతున్నాడు. జాహ్నవి వైపు కృతజ్ఞతతో చూశాడు.

"చాల బాగుందమ్మా కాఫీ. నీ ఆతిధ్యం ఎప్పటికి మరిచిపోలేను. వస్తానమ్మా. అడ్రస్సు వెతుక్కోవాలి కదా"అని లేచాడు.

"అప్పుడే తొందరపడకండి బాబాయ్. కొంచం టిఫిన్ చేసి వెళ్ళండి. అలాగే కొంచంసేపువిశ్రాంతి తీసుకోండి. రాత్రంతా అడ్రస్సు కోసం బాగా తిరిగారు కదా"అంది.

అప్పుడే ప్రియ స్కూల్ కు తయారై హడావిడిగా కిందికి వచ్చింది. ఆమె భుజం మీద బ్యాగ్ ఉంది.

"మీ అమ్మాయా "అడిగాడు ఆయన.

"అవునండి. ఒక్కతే కూతురు. పేరు ప్రియ. ఈ సంవత్సరం టెన్త్ క్లాసు పరీక్షలు రాయబోతుంది "కూతరిని పరిచయం చేసింది జాహ్నవి.

"శుభం మంచి మార్కులతో పాసవుతావు"అని ఆశీర్వదించాడు.

"ఎవరమ్మా ఈయన "అడిగింది ప్రియ.

“నీకు బాబాయ్ వరుస అవుతారు. తరువాత చెప్తాను. ముందు నువ్వు స్కూల్ కు బయలుదేరు. సాయంత్రం అంతా వివరంగా మాట్లాడుకుందాం " అంది.

ప్రియ తల్లికి ఆయనకు టాటా చెప్పివెళ్ళిపోయింది. తరువాత ప్రియ అతను డైనింగ్ టేబుల్ ముందు కూర్చుని టిఫిన్ చేశారు. చాల మొహమాటం పడ్డాడు ఆయన. తనకు టిఫిన్ వద్దని పదేపదే చెప్పాడు. కాని జాహ్నవి వినిపించుకోలేదు.. తెలుసో తెలియదో వచ్చిన పెద్ద మనిషికి ఆతిధ్యం ఇవ్వటం తన బాధ్యత. టిఫిన్ తిన్న తరువాత ఇద్దరు హాలులో కూర్చున్నారు.

“నీ మంచితనం మరచిపోలేను అమ్మా. ఇక బయలుదేరుతాను. అడ్రస్సు వెతుక్కోవాలి కదా"అన్నాడు.

“ఏది ఒకసారి అడ్రస్సు కాగితం ఇవ్వండి"అంది.

ఆయన ఇచ్చిన కాగితం తీసుకుని చూసింది. అంతే ఒక సునామి తాకినట్టు నిర్ఘాంతపోయింది.

2

తను చూస్తుంది కలో నిజమో క్షణం పాటు అర్ధంకాలేదు జాహ్నవికి. ఎందుకైన కళ్ళు నులుపుకుని మరి చూసింది. ఆమె చూస్తుంది నిజమే. అందులో ఆమె ఇంటి అడ్రస్సు ఉంది. రాత్రంతా తమ అడ్రస్సు కోసం వెతికాడు. చివరకు దొరక్కపోయేసరికి తమ ఇంటి ముందు పడుకున్నాడు. ఈ పరిణామాన్ని ఎలా తీసుకోవాలో ఆమెకు అర్ధంకాలేదు.

“ఏమిటమ్మా అలా ఉన్నావు. అడ్రస్సు తప్పుగా ఉందా "కంగారుగా అడిగాడు ఆయన.

“ముందు మీ పేరు ఏమిటి బాబాయ్ "అడిగింది జాహ్నవి.

“నా పేరు రమణ.”

“అంటే మా వారు చెప్పే రమణ బాబాయ్ మీరే అన్నమాట "

“అవును ఈ విషయం మీకు ఎలా తెలుసు. ఇంతకి ఈ అడ్రస్సు మీకు తెలుసా "అడిగాడు. ఇప్పుడు ఆయన మొహంలోఏదో తెలియని ఉద్వేకం కనిపిస్తోంది.

“మీరు రమేష్ కోసం వెతుకుతున్నారు అవునా "

“అవును మీకు ఎలాతెలుసు.”

“మీరు వెతుకుతున్న రమేష్ ఇల్లు ఇదే. కాని కాగితంలో కన్నబాబు అని ఉంది. అది మా వారి ముద్దుపేరు. ఆ పేరుచాల కొద్దిమందికి మాత్రమే తెలుసు. అది బాగా తెలిసినవాళ్ళకు. అందుకే ఈ అడ్రస్సు ఎవరు మీకు చూపించలేకపోయారు.. ఇది మీరు కలుసుకోవాలనుకుంటున్న కన్నబాబు ఇల్లే "అంది.

ఒక అద్భుత విషయం వింటున్నట్టు ఆశ్చర్యంగా చూశాడు రమణ. తను వెతుకుతున్న ఇల్లుఇదే అంటే అతనికి ఇంకా నమ్మబుద్ధి కావటం లేదు. రాత్రి చిరునామా కోసం వెతికి వెతికి బాగా అలసిపోయాడు. ఎక్కడికి వెళ్ళాలో తెలియక ఈ ఇంటి వరండాలో పడుకున్నాడు. చివరకు ఇదే తను వెతుకుతున్న ఇల్లు అయింది.

“నేను వెతుకుతున్న ఇల్లు ఇదే అంటే నాకు ఆశ్చర్యంగా ఉందమ్మా "

“మీరు కొంచం ఆలస్యంగా వచ్చారు. ఆరునెలలకు ముందు మీరు వచ్చి ఉంటే ఆయనను కలుసుకునేవారు. కాని ఇప్పుడు సమయం మించిపోయింది. ఆయన చనిపోయారు"అంది జాహ్నవి. ఆమె కళ్ళలో నీళ్ళు చిప్పిల్లాయి.

రమణ కూడా తట్టుకోలేకపోయాడు. బాధతో సోఫాలోకూలబడిపోయాడు. వెక్కి వెక్కి ఏడిచాడు. అంత పెద్దవాడు చిన్నపిల్లవాడిలా ఏడ్వటం చూసి కంగారుపడింది జాహ్నవి. దగ్గరకు వెళ్ళి ఆయన భుజం మీద చెయ్యి వేసింది.

“బాధపడకండి బాబాయ్ గారు. ఆయన లేకపోతే ఏం మేమున్నాం కదా. ఆయనకు మీరు ఎంతో మాకు మీరు అంతే "అంది.

“అబ్బాయిని చూడాలని ఎంతో ఆశతో వచ్చాను. కాని ఇలా

చూస్తానని అనుకోలేదు. అంతా నా కర్మ. పూర్వజన్మలోనేను చేసుకున్న పాపం. ఇప్పుడు అనుభవిస్తున్నాను."

"బాధపడకండి. ఇందులో ఎవరి తప్పులేదు. అంతా కర్మ. అనుకోకుండ జరిగిన సంఘటనకు ఆయన బలిఅయిపోయారు."

"కంగారులో అడగటం మరిచిపోయాను. అబ్బాయి ఎలా పోయాడు అమ్మా."

"అదంతా పెద్ద కథ. తరువాత చెప్తాను. ముందు మీరు ఏ పని మీద వచ్చారో చెప్పండి."

"పదిహేను రోజులకు ముందు జరిగిన సంఘటన. అది నా జీవితాన్ని పూర్తిగా మార్చివేసింది. నన్ను పూర్తిగా అనాధను చేసింది. ఆ రోజు నా కొడుకు పెళ్ళి జరిగన రోజు. ఆ శుభసందర్భాన్ని పురస్కరించుకుని మా వాడు పార్టీ ఏర్పాటు చేశాడు. చాల మంది స్నేహితులు చుట్టుపక్కల వాళ్ళు అతని ఆఫీసు కొలిగ్స్ వచ్చారు. పార్టీ చాల అట్టహాసంగా జరిగింది. నా కొడుకు కోడలు కొత్తబట్టలతో దేదిప్యమానంగా వెలిగిపోతూ కనిపించారు. వాళ్ళకు పెళ్ళిఅయి రెండు సంవత్సరాలు అయింది. ఇంకా పిల్లలులేరు. ఆ రోజు వచ్చినవాళ్ళంతా తాగుతూ ఎంజాయ్ చేస్తున్నారు. నాకు తాగుడు అలవాటు లేదు. కనీసం కూల్ డ్రింక్ కూడా తాగను. ఆ రోజు కూల్ డ్రింక్ తాగాలనిపించింది. బేరర్ ను పిలిచి కూల్ డ్రింక్ తెమ్మని చెప్పాను. వాడు మా అబ్బాయితో చెప్పాడు. ఒక చిన్న కూల్ డ్రింక్ కోసం మా అబ్బాయి పర్మిషన్ ఎందుకు తీసుకున్నాడో ముందు అర్ధం కాలేదు. తరువాత అర్ధం అయింది. "

“కూల్ డ్రింక్ తాగిన తరువాత నాకు అదోలా అనిపించింది. కళ్ళు తిరిగాయి. శరీరం తూలుతున్నట్టుగా తోచింది. కాళ్ళు నిలకడగా నిలబడలేక తడబడుతున్నాయి. ఒక్కక్షణం కూడా తట్టుకోలేకపోయాను. నా గదిలోకి వెళ్ళిమంచం మీద వాలిపోయాను. వెంటనే కళ్ళు మూతలు పడ్డాయి. క్షణంలో గాఢంగా నిద్రపోయాను. ఎంత సేపు పడుకున్నానో నాకు తెలియదు. తిరిగి కళ్ళు తెరిచేసరికి తెల్లవారిపోయింది.”

“ఇల్లంతా నిశబ్ధంగా నిస్తేజంగా ఉంది. ఎవరి గొంతు వినిపించలేదు. ఇంకా నా మత్తు పూర్తిగా వదలేదు. అయిన మా అబ్బాయిని గట్టిగా పిలిచాను. జవాబు రాలేదు. కనీసం కోడలు కూడా రాలేదు. నాకు చాల ఆశ్చర్యం వేసింది. అందరు ఎక్కడికి వెళ్ళారా అనుకుంటు తూలుకుంటు కిందికి వెళ్ళాను. కింద కూడా ఎవరు లేరు. మా అబ్బాయి కోడలు సామానులు ఒక్కటి కూడా లేవు. వాళ్ళ బెడ్ రూం ఖాళీగా ఉంది. నేలమీద కొన్ని వస్తువులు చిందరవందరగా పడిఉన్నాయి. నాకు అంతా అర్ధమైంది. నా కొడుకు కోడలు నన్ను విడిచిపెట్టి ఎక్కడికో వెళ్ళిపోయారు. “

“నా కన్నకొడుకు ఇంత పని చేస్తాడని ఊహించలేదు.. బాధ దుఖ్ఖం కలిసి కట్టుగా నన్ను కుదిపేశాయి. ఆ షాక్ నుంచి తేరుకోవటానికి నాకు రెండు రోజులు పట్టింది. ఈ మద్యలో నా కొడుకు గురించి వాకబు చేశాను. వాడి గురించి వాడి స్నేహితులను అడిగాను. అందరు తమకు ఏం తెలియదని చెప్పారు. ఒకవేళ అర్జంటుగా ఏద్దైన ఊరుకు వెళ్ళారేమో అనుకుని రెండు రోజులు కాచుకున్నాను. కాని

వాళ్ళు తిరిగిరాలేదు. మరువాడు ఇంటి యజమాని వచ్చాడు. "
"మీరు ఎల్లుండి ఇళ్ళు ఖాళీ చెయ్యాలని చెప్పాడు.
"ఎందుకు అని అడిగాను.
|మీ అబ్బాయి ఖాళీ చేస్తున్నామని చెప్పాడు. కారణం మాత్రం చెప్పలేదు. నాకెందుకులే అని నేను అడగలేదు. అందుకే మీకు రెండు రోజులు మాత్రం గడువు ఇస్తాను. ఈ లోగా మీరు వెళ్ళాలి. వేరే వాళ్ళు ఈ ఇంట్లోకి రాబోతున్నారు"అని తీవ్రంగా హెచ్చరించి వెళ్ళిపోయాడు. కరెంటు ,షాక్ తగిలినట్టు కదిలిపోయాను. ఉన్నట్టుండి ఎక్కడికి వెళ్ళాలో తోచలేదు. నాకంటు నా కన్న కొడుకు తప్ప ఎవరు లేరు. చుట్టాలు పక్కాలు కూడా లేరు. ఏం చెయ్యాలో ఈ శేషజీవితం ఎలా గడపాలో అర్ధంకాలేదు. నా చుట్టు చీకటి అలుముకున్నట్టుగా తోచింది. ఆ చీకటిలో చిన్న వెలుగు గోచరించింది. ఆ వెలుగు కన్నబాబు. వాడు చిన్న తనంలో మా ఇంటికి ఎదురుగా ఉండేవాడు. అప్పుడు వాడు పదవ క్లాసు చదువుతూ ఉండేవాడు. వాళ్ళ నాన్నగారు మంచి ఉద్యోగం చేసేవాడు. తల్లి చాల మంచిది. నన్ను ఆపాయ్యంగా అన్నయ్య గారు అంటు పలకరించేది."
"ఆ కుటుంబంతో నాకు సన్నిహిత సంబంధాలు ఉండేవి. రమేష్ చదువులో చాల ముందు ఉండేవాడు. కాని లెక్కలలో మాత్రం కొంచం వెనుకబడేవాడు. తనకు జన్మలో లెక్కలు రావని అప్పుడప్పుడు నా దగ్గర బాధపడేవాడు. నేను వాడికి ధైర్యం చెప్పి లెక్కలు చెప్పేవాడిని. ఆ తరువాత వాడు లెక్కల గురించి ఎప్పుడు భయపడలేదు. లెక్కలలో వందకు వంద మార్కులు తెచ్చుకునేవాడు."

“ఒక రోజు వాడికి లెక్కలు చెప్పుతు ఒక మాట అడిగాను.

“ఫీజు తీసుకోకుండ నీకు లెక్కలు చెప్పుతున్నాను కదా. నాకు ఏం ఇస్తావ్ .”

“నేను పెద్దయిన తరువాత మిమ్మల్ని నా దగ్గర పెట్టుకుంటాను.”అన్నాడు అమాయకంగా.

“నీకు మీ అమ్మ నాన్న ఉన్నారు కదా "అన్నాను.

“వాళ్ళతో పాటు మీరు ఉంటారు"అన్నాడు.

ఆ మాటలు నాకు అమృత గుళికల్లా తోచాయి. నేను నిజంగా వాడి దగ్గర ఉంటానో లేదో తెలియదు కాని వాడి మంచి మనస్సుకు నాకు సంతోషం వేసింది. ఆ మాటలకు నేను అప్పుడు ప్రాధాన్యత ఇవ్వలేదు. కాని ఈ రోజు దాని విలువ తెలుసుకున్నాను. అందుకే నా కొడుకు నన్ను విడిచిపెట్టగానే రమేష్ గుర్తుకువచ్చాడు. అందుకే బయలుదేరి వచ్చాను. కాని తీరా వచ్చేసరికి నా ఆశ అడియాశ అయిపోయింది. మనిషి కనిపించకుండపోయాడు"అంటు తలపట్టుకున్నాడు ఆయన.

“మీ కథ చాల దయనీయంగా ఉంది. బాధపడకండి.ఆయన లేకపోతే ఏం మేము ఉన్నాం. మీరు మా దగ్గరే ఉండండి. మాకు మాత్రం మగలోడు ఎవరున్నారు. ఆయన పోయిన తరువాత ఆ లోటు మాకు బాగా తెలిసివస్తోంది.ఈ రోజు నుంచి మీరు మా దగ్గరే ఉండండి. మా శక్తి కొద్ది మిమ్మల్ని జాగ్రర్తగా చూసుకుంటాం"అంది జాహ్నవి.

“ఉంటాను కాని ఒక చిన్న కండిషన్ "అన్నాడు రమణ.

“ఏమిటో చెప్పండి.”

“ఊరికే కూర్చోవటం నాకు అలవాటు లేదు. నువ్వు ఆఫీసుకు వెళతావు. అమ్మాయి స్కూల్ కు వెళుతుంది. మీ ఇద్దరికి వంటచేసిపెడతాను.ఇంటిని చూసుకుంటాను. ఇంటికి కావల్సిన సరుకులు కూడా తెస్తాను. మీకు ఏ కష్టం రానివ్వను.”

“మీరు మా అతిధులు. మీతో పనులు ఎలా చేయించుకోను.”

“అతిధిని కాను ఆత్మీయుడిని. మీ కుటుంబంలో ఒకడిని. పైగా నువ్వు నీ కూతరు నన్ను బాబాయ్ అని నోరారా పిలిచారు. మీ అమ్మాయికి లెక్కలు కూడా చెప్తాను"అన్నాడు రమణ.

జాహ్నవి ఇంకేం మాట్లాడలేదు.. దేవుడే తనకు తోడు పంపినట్టుగా భావించింది.

3

ప్రియ క్లాసులో కూర్చుని పాఠం వింటోంది. టీచర్ లెక్కలు చెప్పుతుంది. ఆమెకు ఏం అర్ధంకావటం లేదు. తప్పదు కనకు అన్యమనస్కంగా వింటోంది. తండ్రి ఉంటే ఈ పరిస్థితి వచ్చేది కాదు. రోజు రాత్రి ఆమె లెక్కల కోచింగ్ ఇచ్చేవాడు. ఆమెకు అర్ధం అయ్యేలా చెప్పేవాడు. తండ్రి చెప్పుతుంటే ప్రియకు చక్కగా అర్ధం అయ్యేది. ప్రతి సారి ఎనబై మార్కులు ఖచ్చితంగా వచ్చేవి.

ఆ మార్కులు చూసి కొంచం నిరుత్సాహపడేది ప్రియ. వందశాతం రాలేదే అని విచారపడేది.

"నువ్వు బాగాచదివి మంచి మార్కులు తెచ్చుకోవాలి. ఫస్ట్ రావలసిన అవసరం లేదు. కాకపోతే ఫస్ట్ కు టై చేస్తే కనీసం అయిదవ రాంక్యు అయిన వస్తుంది. దానికోసం ప్రయత్నించు. రాలేదని విచారించకు. మరోసారి ప్రయత్నించు. లక్ష్యశుద్ధి ఉంటే ఏదైన సాధించవచ్చు "అని ఓదార్చేవాడు.

ఇప్పుడు ఆ కోచింగ్ లేదు ఓదార్పు లేదు. ముడు రోజులకు ముందు లెక్కల టీచర్ మార్కులు చెప్పింది. తనకు యాభై మార్కులు మాత్రం వచ్చాయ్. ఇలా జరుగుతుందని ప్రియకు తెలుసు. అందుకే

పెద్దగా విచారించలేదు.

స్కూల్ అయిన తరువాత అన్యమనస్కంగా ఇంటికి బయలుదేరింది. పబ్లిక్ పరీక్షల గురించి ఆలోచిస్తోంది. తండ్రి ఉంటే లెక్కల గురించి భయపడేది కాదు. కాని ఇప్పుడు తండ్రి లేడు. లెక్కల పరీక్ష ఎలా రాయాలో అర్ధంకావటం లేదు.

అప్పుడే హలో అంటు వినిపించింది.

ఉలిక్కిపడి వెనక్కి తిరిగి చూసింది. సైకిల్ మీద రాహుల్ కనిపించాడు. అతను ఆమె క్లాస్ మెట్. ఉత్తపోకిరి. ఏం చదవడు. ఎప్పుడు రోడ్డు మీద తిరుగుతు ఉంటాడు. తండ్రి పెద్ద బిజినెస్ మాగ్నెట్. కావల్సినంత డబ్బు ఉంది. తలుచుకుంటే కారులో రాగలడు. కాని రాహుల్ బైక్ ను మాత్రమే ఫ్రిఫర్ చేస్తాడు. కనిపించిన అమ్మాయిలకు సైట్ కొడుతూ టైం పాస్ చేస్తుంటాడు. అతడి గురించి ప్రియకు తెలుసు. అందుకే కొంచం దూరంగా ఉంటుంది.

“రా సైకిల్ ఎక్కు. మీ ఇంటి దగ్గర డ్రాప్ చేస్తాను"అన్నాడు పెద్దమగవాడిలా ఫోజుపెట్టి.

“వద్దు. నేను నడిచివెళ్ళగలను. పైగా మా అమ్మగారు బస్సు స్టాండు దగ్గరకు పికప్ చేసుకోవటానికి వస్తానని చెప్పారు"అంది ప్రియ.

నిరుత్సాహంగా చూశాడు రాహుల్. అయిన తన ప్రయత్నం మానలేదు.

“కనీసం బస్సు స్టాండు వరకు ఎక్కు"అన్నాడు.

“వద్దు. ఇక్కడే కదా నడిచివెళ్ళగలను. నువ్వు వెళ్ళు. మరోసారి ఎప్పుడైన ఎక్కతాలే "అంది నవ్వుతూ.

ఆ నవ్వును చూసి మెస్మరైజ్ అయ్యాడు రాహుల్. సంతోషంతో అతని మొహం వికసించింది. బై చెప్పి వెళ్ళిపోయాడు.

హమ్మయ్య అనుకుని బస్సు స్టాండు చేరుకుంది. తథాస్తూ దేవతలు ఉన్నారని రుజువైంది. స్కూటర్ మీద ప్రియ కోసం కాచుకుని ఉంది జాహ్నవి.

“ఏమిటి అలా ఉన్నావు "అడిగింది జాహ్నవి.

“ఏం లేదు. కొంచం తలనొప్పిగా ఉంది. అంతే "అంది ప్రియ.

“సరే ఇంటికి వెళ్ళిన తరువాత వేడి కాఫీ తాగు. రాత్రివేళ పొద్దుపోయేవరకు చదవకు. ఆరోగ్యం పాడవుతుంది. పదకొండు గంటలవరకు చదువు చాలు. తెలిసిందా .”

తెలిసింది అనితలూపింది ప్రియ.

స్కూటర్ ఇంటి ముందు పార్క్ చేసింది జాహ్నవి. ఇద్దరు లోపలికి వెళ్ళారు.

“నాకు లెక్కల టూషన్ కావాలి మమ్మీ "అంది ప్రియ.

“అవసరం లేదు"అంది జాహ్నవి.

“అదేమిటి అలా అంటావ్. నేను లెక్కల్లో వీక్ కదా.

“నీకు ప్రతిరోజు నాన్నగారి లాగా లెక్కలు చెప్పటానికి ఒక వ్యక్తి సిద్ధంగా ఉన్నాడు.

“ఎవరు మమ్మీ"సంతోషంతో అడిగింది ప్రియ.

“ఉదయం మన ఇంటికి వచ్చిన బాబాయ్ గారు చెప్తారు. ఆయన మన ఇంట్లోనే ఉంటారు. నీకు బాగా లెక్కలు చెప్పి ట్రయిన్ చేస్తారు. నువ్వు కంగారుపడవలసిన పనిలేదు.”

ప్రియ ఏదో చెప్పబోయింది. అప్పుడే కాఫీ కప్పులు తీసుకుని రమణ వచ్చాడు. ఇద్దరికి కాఫీ సర్వ్ చేశాడు.

"ఈ రోజు వంట నాకు తోచింది చేశాను. ఆలుగడ్డ పచ్చబఠానీలు వేసి కూరచేశాను. బెండకాయ సాంబారు చేశాను. ఇంకేదైన కావాలంటే చెప్పండి. చేస్తాను "అన్నాడు రమణ.

"ఈ పూటకు చాలు. రేపు వెళ్ళి కూరగాయలు తెస్తాను"అంది జాహ్నవి.

ఆ రోజు నుంచి రమణ జీవితం జాహ్నవి ఇంట్లో మొదలైంది. రోజు అయిదుగంటలకు నిద్రలేస్తాడు. ఏడుగంటలకు కాఫీ టిఫిన్ సిద్ధం చేస్తాడు. తొమ్మిది గంటలకు వంట పూర్తిచేస్తాడు. ప్రియకు జాహ్నవికి లంచ్ కట్టిస్తాడు. వాళ్ళు తయారై వచ్చేసరికి టేబుల్ మీద అంతా సిద్ధంగా ఉంటుంది. ఇదంతా ఒక ఎత్తు అయితే ప్రియకు లెక్కలు చెప్పటం ఇంకో ఎత్తు. రోజు అందరి భోజనం అయిన తరువాత రమణ ప్రియ గదిలోకి వెళ్తాడు. టేబుల్ ముందు కూర్చుని ఆమెకు లెక్కలు చెప్తాడు. పండువలిచినట్టు అతను చెప్పుతుంటే ప్రియకు తేలికగా అర్ధమవ్వసాగింది. ఓస్ లెక్కలు అంటే ఇంతేనా అనే స్థితికి వచ్చేసింది. రమణ చెప్పుతుంటే ఎంతసేపయిన వినాలనిపిస్తుంది. అతను ఎంతో ఓపికగా ప్రతి విషయాన్ని విడమర్చి చెప్తాడు. అర్ధంకాకపోతే ఇంకో రెండు సార్లు వివరిస్తాడు. కోపం రాదు. విసుక్కోడు. ఇంకా రెట్టించిన ఉత్సాహంతో వివరిస్తాడు. ఇది ఎంతో బాగనిపించింది ప్రియకు. రెండు రోజులకు ముందు ఆమెకు లెక్కలంటే విపరీతంగా భయంవేసేది. తండ్రి బతికిలేడే అని లోలోపల విచారించేది. కాని ఇప్పుడు ఆమె ఎంతో

ధైర్యంగా ఉంది. లెక్కల పేపర్ ను ఆత్మవిశ్వాసంతో ఎదురుకోగలనని నమ్మకం ఏర్పడింది.

రోజు ఒక గంట లెక్కలు చెప్పిన తరువాత రమణ వెళ్ళిపోయేవాడు. అతనికి కూడా ప్రత్యేకంగా ఒక గది ఉంది. అది దేవుడి గది. రమేష్ పోయిన తరువాత జాహ్నవి పూజలు చెయ్యటం మానేసింది. చేద్దామనుకున్నా మూడ్ రావటం లేదు. అందుకే దేవుని ఫోటోలు తీసి జాగ్రర్తగా తుడిచి బీరువాలో పెట్టింది. ఇప్పుడు ఆ గది రమణది అయింది.

ఆ గదిలో రమణ సూటుకేసు ఒక మంచం రెండు జతల బట్టలు మాత్రం ఉన్నాయి. ఆ రోజు కూడా తన రొటిన్ పని పూర్తిచేశాడు రమణ. ప్రియకు లెక్కలు చెప్పిన తరువాత తన గదికి వచ్చి పడుకున్నాడు. అప్పటే జాహ్నవి నిద్రపోయింది. ప్రియ మాత్రం ఇంకా చదువుతోంది.. మంచి మార్కులతో ప్యాస్ కావాలని ఆమె కోరిక. తండ్రి రమేష్ లక్ష్యం కూడా అదే. అందుకే మనస్సు పెట్టి చదువుతోంది.

గంట తరువాత ప్రియ చదువు పూర్తయింది. టైం సరిగ్గా పదకొండుగంటలైంది. మెల్లగా లేచాడు రమణ. బట్టలు మార్చుకున్నాడు. ప్యాంటు షర్ట్ వేసుకున్నాడు. తన రూమ్ లో గాఢంగా నిద్రపోతుంది జాహ్నవి. గది దాదాపు చీకటిగా ఉంది. చిన్న జిరో వాట్ బల్బ్ మాత్రం గుడ్డిగా వెలుగుతోంది. మెల్లగా గుమ్మం తలుపులు వేసి బయటకు వచ్చాడు. రోజు గంటసేపు షికారు చెయ్యటం రమణకు అలవాటు. వరండాలో ప్రియ సైకిల్ ఉంది. దాన్ని

తీసుకుని రోడ్డు మీద పడ్డాడు. పావుగంట అయిన తరువాత అడ్డదారిన ఒక పెద్ద బంగ్లా చేరుకున్నాడు. గేటు దగ్గర వాచ్ మెన్ కునికిపాట్లు పడుతున్నాడు. రమణను చూసి బర్లా గేటు తీశాడు. సైకిల్ తో లోపలికి వెళ్ళాడు రమణ.

తలుపు దగ్గర నిలబడి బజర్ నొక్కాడు. క్షణం తరువాత తెలుపు తెరుచుకుంది. రమణ లోపలికి వెళ్ళగానే తలుపు మూసుకుంది.

4

“ఏమిటి ఈ మధ్య చాల సంతోషంగా కనిపిస్తున్నావు"అంది జాహ్నవి కొలిగ్ పద్మ.

“ఎలా తెలుసుకున్నావు "నవ్వుతూ అడిగింది జాహ్నవి.

“ఇద్దరం కలిసి రెండు సంవత్సరాలు పనిచేస్తున్నాం. ఆ మాత్రం తెలుసుకోలేనా "అంది పద్మ.

“నువ్వు ఊహించింది నిజమే. “

“దానికి కారణం ఏమిటి?

“ఆ విషయం తరువాత తీరికగా లంచ్ అవర్ లో చెప్తాను. అది సరే ఆడిటర్స్ వచ్చారా "అడిగింది జాహ్నవి.

“వచ్చారు. యం.డి చాంబర్స్ లో కూర్చుని మాట్లాడుకుంటున్నారు "అంది పద్మ.

“నేను వెళ్ళి ఈ ఫైలు ఇచ్చి వస్తాను "అనిచెప్పి యం.డి చాంబర్స్ లోకి వెళ్ళింది జాహ్నవి. యం. డి ఎదురుగా ఇద్దరు వ్యక్తులు కూర్చుని ఉన్నారు. వాళ్ళు హెడ్ఆఫీసునుంచి వచ్చినఆడిటార్స్. జాహ్నవి ఫైలు వాళ్ళ ముందు పెట్టి వచ్చేసింది.

రమణ వచ్చి నెలరోజులు దాటి పోయింది. రోజులు క్షణాల్లా

గడిచిపోతున్నాయి. ఇంతకుముందు ఉన్న టెన్షన్ వత్తిడి లేవు. అన్ని పనులు అతనే చూసుకుంటున్నాడు. ఉదయం ప్రియకు ఆమెకు కాఫీ టిఫిన్ ఇస్తాడు. కూరగాయలు తీసుకువస్తాడు. పచారి షాపులకు వెళతాడు. రెండు రోజులకు ఒకసారి వాక్యూమ్ క్లీనర్ తో ఇంటిని శుభ్రం చేస్తాడు. ఒక్క మాటలో చెప్పాలంటే అన్ని పనులు అతనే చేస్తున్నాడు. చెయ్యటానికి జాహ్నవికి ఒక పని కూడా ఉండటం లేదు. దాని వల్ల జాహ్నవి తన ఉద్యోగం హాయిగా చేసుకోగలుగుతోంది.

ప్రియ కూడా చాల సంతోషంగా ఉంటోంది. ముందు లాగా లెక్కలు తలుచుకుని భయపడటం లేదు. అది పెద్ద ప్లస్ పాయింట్ అయింది జాహ్నవికి.

కొంచం సేపయిన తరువాత ఆడిటర్ తమ పని మొదలుపెట్టారు. అప్పడప్పుడు జాహ్నవిని పిలిచి అనుమానాలు తీర్చుకుంటున్నారు, కంపెనిలో జాహ్నవి చీఫ్ అకౌంటెంట్. వాళ్ళతో పూర్తిగా సహకరించటం ఆమె బాధ్యత

లంచ్ అవర్ వరకు చాల బిజిగా ఉంది జాహ్నవి. తరువాత పద్మ ఆమె కలిసి క్యాంటిన్ కు వెళ్ళారు. ఈ రోజు జాహ్నవి లంచ్ తెచ్చుకోలేదు. రమతో వద్దని చెప్పింది. మూలగా ఉన్న టేబుల్ ముందు కూర్చున్నారు ఇద్దరు.

“ఏం తీసుకుంటావు "అడిగింది పద్మ.

“నాకు పెరుగు అన్నం చాలు.”అంది జాహ్నవి.

సప్లయర్ కు చెప్పిన తరువాత జాహ్నవి వైపు తిరిగి అడిగింది పద్మ.

“లంచ్ అవర్ లో చెప్తానని అన్నావు కదా. చెప్పు.”

రమణ గురించి ఏం దాచకుండ అంతా చెప్పింది. అతను రావటం దగ్గరనుంచి ఇప్పుటి వరకు అంతా వివరంగా చెప్పింది.

"ఆయన వచ్చిన తరువాత నా కష్టాలు దాదాపు తీరిపోయాయి. ఆయన ఉన్నంతవరకు నాకే సమస్యలు లేవు. ఏ సమస్యలు లేకుండ ఆఫీసుకు వచ్చేదాన్ని. ప్రియ చదువు అంతా ఆయన చూసుకునేవారు. ఆయన పోయిన తరువాత చాల ఇబ్బందిపడ్డాను. ఒకటి ఆయన లేని లోటు స్పష్టంగా తెలిసేది. ఒంటరితనం భరించలేకపోయేదాన్ని. ఇంకో వైపు ప్రియ చదవు. అన్ని సబ్జక్టులు తను చదవగలదు. మంచి మార్కులుసంపాదించుకో గలదు. కాని లెక్కలలో మాత్రం కొంచం వీక్. అందుకే ఆయన ప్రతి రాత్రి ఎంత లేటుగా వచ్చిన తనకు లెక్కలు చెప్పేవాడు. ఆయన పోయిన తరువాత లెక్కలు చెప్పేవాళ్ళు ఎవరు కనిపించలేదు. అందుకే టూషన్ పెట్టించాలనుకున్నాను.. కాని ఈ లోగా దేవుడిలా ఈయన వచ్చారు. దాంతో నా అన్ని సమస్యలు తీరిపోయాయి "అంది జాహ్నవి.

ఆమె మొహంలో సంతోషచాయలు స్పష్టంగా కనిపిస్తున్నాయి.

"ఎందుకైన మంచిది ఆయన గురించి పూర్తిగా తెలుసుకున్నావా "అడిగింది పద్మ.

"నీ ఉద్దేశం?

"ఆయన ఎవరో నీకు తెలియదు. నీ భర్తకు మాత్రమే ఆయన గురించి తెలుసు. ఒక్కసారి కూడా ఆయన గురించి నీ భర్త నీకు చెప్పలేదు. కనీసం ఫోటో కూడా చూపించలేదు. అలాంటప్పుడు అతను

మంచివాడని నీకు ఎలా తెలుస్తుంది. ఈ రోజులలో నేరం చేసేవాళ్ళు తెలివి మీరిపోయారు. అన్ని వివరాలు తెలుసుకుని ఇంటికి వస్తున్నారు. మాయమాటలు చెప్పి మోసం చేస్తున్నారు. అందుకే నువ్వు ప్రియ కొంచం జాగ్రర్తగా ఉండాలి."

"ఛ ఆయన అలాంటి వారుకారు. చాల మంచివారు. బాగా బతికినట్టున్నారు. పరిస్థితులుబాగా లేక మా వారిని వెతుక్కుంటు వచ్చారు.కన్న కొడలు కోడలు విడిచివెళ్ళటం వల్లే ఆయన ఇక్కడికి వచ్చారు. లేకపోతే వచ్చేవారు కాదు."

"ఏదో నాకు తోచింది చెప్పాను. తరువాత నీ ఇష్టం"అంది పద్మ. ఇలాంటి వాళ్ళను నమ్మటానికి వీలులేదు. సమయం చూసి ఇంట్లో ఉన్నదంతా దోచుకుపోతారు. నగలు డబ్బు జాగ్రర్త. కష్టపడి సంపాదించింది."

"అంతా నీ అనుమానం మాత్రమే "అంది జాహ్నవి. అలాంటిది ఏం జరగదు. నాకు ఆయన మీద పూర్తి నమ్మకం ఉంది."

"నమ్మకం ఉన్నవాళ్ళనే మోసం చేస్తారు"అంది పద్మ.

ఆ మాటలు చేదుమాత్రలులా అనిపించాయి జాహ్నవికు. రమణ అలాంటివాడు అంటే ఆమెకు నమ్మబుద్ధి కావటం లేదు. అయిన ఏదో మూల చిన్న అనుమానం కలిగింది. ఒక అబద్ధం వందసార్లు చెపితే నిజం అవుతుంది. ఇది హిట్లర్ సిద్ధాంతం. ఈ మాటలు జాహ్నవి మీద ప్రభావం చూపించాయి.

సాయంత్రం వరకు ఇదే విషయం ఆలోచిస్తూ అన్యమనస్కంగా గడిపింది. ఆఫీసు అయిన తరువాత వెంటనే ఇంటికి చేరుకుంది.

లోపల రమణ వంట చేస్తున్నాడు. టిఫిన్ కాఫీ రెడిగా టేబుల్ మీద ఉన్నాయి.

“ఈ రోజు వంట ఏం చెయ్యమంటావు "అడిగాడు రమణ.

అతని మొహం చాల ప్రశాంతంగా ఉంది. అప్పుడే స్నానం చేసినట్టు ఉన్నాడు. శుభ్రమైన బట్టలు వేసుకున్నాడు. నుదుటి మీద చిన్న విభూది రేఖ కనిపిస్తోంది. అతని మొహం చూసిన తరువాత ఆమె అనుమానం పటాపంచలైంది. అనవసరంగా పద్మ మాటలు పట్టించుకున్నందుకు తనని తాను నిందించుకుంది.

“కూరగాయలు ఏం ఉంటే అది చెయ్యండి. మీరు ఏదిచేసిన తింటాం"అంది జాహ్నవి.

ఆ మాటలు అతని చల్లగాతగిలాయి.

“అలాగే అని చెప్పి లోపలికి వెళ్ళిపోయాడు. కాఫీ టిఫిన్ పూర్తిచేసి హాలులో లాబ్ టాప్ తో కూర్చుంది జాహ్నవి. అరగంట తరువాత ప్రియ వచ్చింది. ఆ రోజు ఆమె మొహం సంతోషంతో వెలిగిపోతుంది. గొప్ప విజయం సాధించినట్టు కళకళలాడిపోతుంది.

“అమ్మా నాకు లెక్కల్లో వంద మార్కులు వచ్చాయి "అంది సంతోషంతో ఊగిపోతూ.

“నిజంగానే ఏది పేపర్ చూపించు "అంది జాహ్నవి.

తన చేతిలోఉన్న పేపర్ ఇచ్చింది ప్రియ. ప్రియ చెప్పింది నిజమే. జాహ్నవికు కూడా ఎంతో సంతోషం కలిగించింది.

“ఇదంతా బాబాయ్ గారి చలవ. వెళ్ళి ఆయనకు ధ్యాంక్స్ చెప్పు "అంది.

“రిఫ్రెష్ అయిన తరువాత చెప్తాను "అంది ప్రియ.

ప్రియ రెడి అయి కిందిగి వచ్చింది. తన చేతిలో ఉన్న పరీక్ష పేపర్ ను రమణకు ఇచ్చింది.

“మీ వల్ల నాకు వందమార్కులు వచ్చాయి. నాకు చాల సంతోషంగా ఉంది"అంటు అమాంతం ఆయన కాళ్ళమీద పడిపోయింది ప్రియ. ఈ పరిణామం రమణకాని జాహ్నవి కాని ఊహించలేదు. ఇద్దరు ఆశ్చర్యంతో సమతమమయ్యారు.

“ఏమిటి తల్లిలే"అన్నాడు రమణ ఇబ్బందిగా.

“మీరు నాకు తాతయ్య. నేను మీ మనుమరాలిని. బాగా చదవాలని దీవించండి. అప్పుడు కాని లేవను.

“అలాగే నువ్వు బాగా చదివి ఐఏయస్ కావాలి. చాల లే"అన్నాడు రమణ. అతనికి తెలియకుండానే అతని కళ్ళలోనీళ్ళు తిరుగుతున్నాయి.

“మా నాన్నగారు లెక్కలు బాగా చెప్పేవారు. అయన చెప్పిన నాకు ఎనబై శాతం మార్కులు మాత్రం వచ్చేవి. వంద మార్కులు రావటం ఇదే మొదటిసారి. ఇది మీ కోచింగ్ వల్ల సాధ్యమైంది"అంది ప్రియ.

“లేదమ్మా నువ్వు కష్టపడి రాత్రంతా ప్రాక్టిస్ చేశావు. అందుకే వంద మార్కులు వచ్చాయి. ఇందులో నా గొప్పతనం ఏం లేదు "అన్నాడు రమణ.

ఆ రోజు ఆ ఇంట్లో పండుగ వాతావరణం నెలకొంది. తల్లి కూతురు ఆరునెలల తరువాత సంతోషంగా గడిపారు. వాళ్ళ ఆనందం

ఉత్సాహం చూసి రమణ కూడా సంతోషపడ్డాడు. తన లక్ష్యం సగం నెరవేరిందని ఆనందపడ్డాడు.

5

"కాళ్ళకు నమస్కరించాలని నీకు ఎవరు చెప్పారు ప్రియ"అంది జాహ్నవి.

ఇద్దరు ప్రియ గదిలో ఉన్నారు. కింద రమణ ఏదో పనిలో ఉన్నాడు.

"మా తెలుగు టీచర్ చెప్పింది"అంది ప్రియ.

"ఏం చెప్పింది ఏమిటి?

"పెద్దవాళ్ళకు ఇలాగే నమస్కారం చెయ్యాలని చెప్పింది. నీకు ఆయన బాబయ్ అయితే నాకు చిన్న తాత కదా. అందుకే కాళ్ళకు నమస్కారం చేశాను. పెద్దవాళ్ళకు ఇలాగే మర్యాద చెయ్యాలని కూడా చెప్పింది."

"చాల మంచి పని చేశావు తల్లి"అని ప్రియను దగ్గరకు తీసుకుంది జాహ్నవి."

"అమ్మ ఒక విషయం చెప్పటం మరిచిపోయాను "అంది ప్రియ ఉన్నట్టుండి.

"ఏమిటమ్మా."

"నాతో పాటు ఇంకో అమ్మాయికి కూడా వంద మార్కులు వచ్చాయి. నా పక్కనే కూర్చుంటుంది. నేను నా తాతయ్య గురించి గొప్పగా

చెప్పాను. ఆయన చెప్పటం వల్లే నాకు వంద మార్కులు వచ్చాయని చెప్పాను. తను కూడా అలాగే చెప్పింది. తన తాతయ్య చెప్పటం వల్ల తనకు వంద మార్కులు వచ్చాయంది. ఆశ్చర్యంగా లేదు."

"అవును ఆశ్చర్యంగానే ఉంది"అంది జాహ్నవి.

స్కూల్ విడిచిపెట్టారు. బ్యాగ్ తీసుకుని తన ఫ్రెండ్ తో బస్సు స్టాండు వైపు నడుస్తోంది ప్రియ. అప్పుడే సైకల్ మీద వేగంగా వచ్చి ఆమె దారికి అడ్డంగా నిలిపాడు రాహుల్.

"ఏమిటి"మొహం చిట్లిస్తూ అడిగింది ప్రియ.

"నీతో కొంచం మాట్లాడాలి "అన్నాడు సీరియస్ గా రాహుల్.

"ఏం మాట్లాడాలి."

రాహుల్ మాట్లాడకుండ ప్రియ స్నేహితురాలి వైపు చూశాడు. ఆమె ఆతని ఉద్దేశం అర్ధంచేసుకుంది. ముందుకు వెళ్ళిపోయింది.

ప్రియ ఆశ్చర్యంగా చూసింది.

"ఎందుకు ఆమెను వెళ్ళిపోమంటున్నావు "కోపంగా అడిగింది ప్రియ.

"మన మాటలు తను వినటం నాకు ఇష్టం లేదు."

"ఎందుకని."

"నేను నిన్ను లవ్ చేస్తున్నాను. మన మిద్దరం ఫ్రెండ్స్ గా ఉందాం."

"నాకు ఇలాంటివి నచ్చవు. అడుతప్పుకో నేను వెళ్ళాలి"అంది ప్రియ కంగారుగా.

"ఈ ఉత్తరం చదువు. రేపు నీ జవాబు కోసం ఎదురుచూస్తూ ఉంటాను బై "అని బలవంతంగా ఉత్తరం ఆమె చేతిలో పెట్టి వెళ్ళిపోయాడు

రాహుల్.

వణుకుతున్న చేతులలో ఆ కాగితం తీసి తన జేబులో పెట్టుకుంది. నిజానికి ఇలాంటివి ప్రియకు ఇష్టం లేదు. కాని టీనేజ్. మొదటిసారి ఒక అబ్బాయి లవ్ లెటర్ రాశాడు.ఏం రాశాడో తెలుసుకోవాలనే ఆశ ఉంది ఆమెకు. పైగా ఆమె ఫ్రెండ్స్ కు ఇలాంటి లవ్ లెటర్స్ చాల వచ్చాయి. వాళ్ళకు బాయ్ ఫ్రెండ్స్ కూడా ఉన్నారు. గబగబ ఇంటికి చేరుకుంది ప్రియ. వేగంగా తన గదిలోకి వెళ్ళింది. బ్యాగ్ మంచం మీద పెట్టి ఉత్తరం తీసి చూసింది.

"ఐ లవ్ యూ. నువ్వు నా లవ్ ఏక్సెప్ట్ చెయ్యకపోతే నీ మొహం మీద యాసి డ్ పోస్తాను "అని ఉంది.

కింద రాహుల్ పేరు ఉంది.

తాచుపామును చూసినట్టు గిజగిజలాడిపోయింది ప్రియ. ఇదేం లవ్ లెటర్ అనుకుంది. ఇలా కూడా రాస్తారా అని ఆశ్చర్యపోయింది. దీన్ని ఎలా అర్ధంచేసుకోవాలో ఆమెకు తోచలేదు. కాని ఒక విషయం మాత్రం స్పష్టంగా అర్ధమైంది. తను లవ్ చెయ్యకపోతే రాహుల్ అన్నంతపని చేస్తాడు. అతని అవేశం కోపం చాల సార్లు చూసింది ప్రియ.

తను ఎలాగు అతన్ని లవ్ చెయ్యకు. ఈ విషయం తెలిస్తే రాహుల్ ఊరుకోడు. తప్పకుండ రాసినట్టుగా చేస్తాడు. ఏం చెయ్యాలి. తల్లికి చెప్పాలనుకుంది. కాని తరువాత వద్దులే అనుకుంది. కాగితాన్ని చింపిచెత్త బుట్టలో పారేసింది. ఆ విషయం తాత్కాలికంగా మరిచిపోయింది.

కాని రాత్రి మాత్రం ప్రశాంతంగా నిద్రపోలేకపోయింది. మాటిమాటికి

రాహుల్ రాసిన మాటలు గుర్తుకువచ్చాయి. అప్పటికి అప్పుడే తల్లికి ఈ విషయం చెప్పాలనుకుంది. కాని ధైర్యం చెయ్యలేకోయింది.

మరుసటి రోజు రాహుల్ అదే స్పాట్ లో ఆమె కోసం ఎదురుచూస్తున్నాడు.

“నా ఉత్తరం చదివావా"అడిగాడు.

“చదివాను. చించి చెత్తబుట్టలో పారేశాను"అంది కోపంగా.

“ఎందుకు "కోపంగా చూశాడు.

“నిన్ను నేను లవ్ చెయ్యటం లేదు కనుక. అసలు నీతో మాట్లాడమే నాకు ఇష్టం లేదు"అని ముందుకు కదిలింది ప్రియ.

కోపంతో భగ్గునమండిపోయాడు. .

6

“మేడం ఇది చాల అర్జంట్ ఫైలు. యం.డి మీకు ఇమ్మన్నారు "అన్నాడు మదన్.

అతను జాహ్నవి కొలిగ్. అడ్మినిస్ట్రేషన్ సెక్షన్ లో పనిచేస్తు్న్నాడు. మనిషి షోకిలారాయుడు. నీట్ గా బట్టలు వేసుకుంటాడు. అడవాళ్ళకు లైన్ వేస్తుంటాడు. చాల రోజులనుంచి అతనికి జాహ్నవి మీద మనస్సు ఉంది. ఆమెకు పెళ్ళయిందని తెలుసు. పద్నాలుగు సంవత్సరాల కూతురు ఉందని కూడా తెలుసు. తన ఉద్దేశం పరోక్షంగా జాహ్నవికి తెలియచేస్తూ ఉంటాడు. ఈ విషయం జాహ్నవికి తెలుసు.అయిన తెలియనట్టు ప్రవర్తిస్తోంది.

దాన్ని అలుసుగా తీసుకున్నాడు అతను. ఆరునెలలకుముందు రమేష్ చనిపోయాడని తెలిసింది అతనికి. అందరిలా జాలిపడలేదు. విచారపడలేదు. సంతోషించాడు. ఉన్న ఒక్క అడ్డు తప్పిపోయినందుకు ఆనందంతో గెంతులు వేశాడు. అప్పటినుంచి ఆమెను ఆకర్షించటానికి ఇంకా గట్టి ప్రయత్నం చేశాడు. ఈ విషయం జాహ్నవి గ్రహించింది. కాని గ్రహించనట్టుగా ఉండిపోయింది. ఇప్పుడు ఆమె ఒంటరిది. ఏదైన అంటే మదన్ ఊరుకోడు. తనకు ఆమెకు

అక్రమసంబంధం ఉందని ప్రచారం చేస్తాడు. అందరు అతని మాటలు నమ్ముతారు. ఒకవేళ నమ్మకపోయిన ఆమె మాత్రం బజారున పడుతుంది. అందరి నోళ్ళలో నానుతుంది.

అందుకే మదన్ ఎన్ని వెర్రి వేషాలు వేసిన కిమ్మనకుండ ఉంది.

ఫైలు ఇచ్చి అతను వెళ్ళిపోయాడు. క్యాజువల్ గా ఆ ఫైలు తీసి చూసింది. మొదటి పేజిలో ఒక కాగితం కనిపించింది. తీసి చూసింది. అది మదన్ రాసిన ఉత్తరం.

జాహ్నవిగారు.

“మీరంటే నాకుచాల ఇష్టం. ఎంత ఇష్టమో చెప్పలేను. ఈ విషయం మీకు ముందే చెప్పాలని అనుకున్నాను. కాని అప్పుడు మీకు భర్త ఉన్నాడు. అందుకే చెప్పలేదు. ఇప్పుడు మీకు భర్త లేడు. ఒంటరివారుఅయిపోయారు. భర్త పోతే ఒంటరితనం ఎంత బాధగా ఇబ్బందిగా ఉంటుందో నాకుతెలుసు. అందుకే మీకు తోడు ఉండాలని అనుకుంటున్నాను. మీ అభిప్రాయం వెంటనే చెప్పనవసరం లేదు. రెండు రోజులు టైం తీసుకోండి. కాని మీ నిర్ణయం నాకు అనుకూలంగా ఉండాలి. లేకపోతే నేను ఏం చేస్తానో నాకే తెలియదు. “

మదన్.

ఇడియట్ అనుకుని ఉత్తరాన్ని చించేయ్యబోయింది. కాని ఏదో గుర్తుకువచ్చి ఆ ఉత్తరాన్ని బ్యాగ్ లో పెట్టుకుంది. దాని అవసరం ఎప్పుడైన రావచ్చు. తలుచుకుంటే ఆమె ఆ ఉత్తరాన్ని యం.డి కి ఇవ్వవచ్చు. అతని మీద తగి చర్య తీసుకోమని కోరవచ్చు. కాని చెయ్యలేకపోయింది. దానికి కారణం పబ్లిసిటి. ఈ విషయం ఆఫీసులో నే

ఉండదు. బయటకు కూడా పొక్కుతుంది. మదన్ పనిగట్టుకుని ఆమె గురించి అందరికి చెప్తాడు. తరువాత ఏం జరుగుతుందో జాహ్నవికి తెలుసు. అందుకే ఆమె తొందరపడలేదు.

పైగా ఆఫీసులో ఆడిట్ జరుగుతోంది. ఈ సమయంలో మదన్ మీద కంప్లయింట్ ఇవ్వటం సరికాదని సరిపెట్టుకుంది. ఎందుకైన మంచిదన ఈ విషయాన్ని పద్మకుచెప్పింది. ఉత్తరం కూడా చూపించింది.

“వెదవ వయస్సు వచ్చింది కాని సిగ్గు లేదు. అడది కనిపిస్తే చాలు లొట్టలు వేస్తాడు"అంది కోపంగా.

“ఇంతకు తెగిస్తాడని అనుకోలేదు. ముందు మాటలతో సరిపుచ్చేవాడు. ఇప్పుడు ఏకంగా ఉత్తరం రాశాడు "అంది జాహ్నవి.

పైకి మాములుగా ఉంది కాని లోపల మాత్రం కుతకుతలాడిపోతుంది.

“నువ్వేం భయపడకు. ఇంకోసారి ఇలాంటి పని చేస్తేనాకుచెప్పు. నేనే యం.డిగారిని కలిసి అంతా చెప్తాను. దాంతో వాడి పీడ విరగడఅవుతుంది.

సాయంత్రం వరకు కొంచం భయంగానే గడిపింది జాహ్నవి. కాని మదన్ మాత్రం రాలేదు. ఫైలు విషయం పూర్తిచేసి అటెండర్ కు ఇచ్చింది.

ఆ రోజు శనివారం. కొంచం పెందళాడే ఇంటికి చేరుకుంది. అప్పుడే రమణ ఎక్కడికో వెళుతున్నాడు. పాంటు షర్ట్ వేసుకున్నాడు. ఆమె కోసమే ఎదురుచూస్తు గుమ్మం దగ్గర నిలబడ్డాడు.

“వచ్చేశావా. టిఫిన్ కాఫీ టేబుల్ మీద ఉన్నాయి. వంటపూర్తయింది. నేను రాత్రి పదిగంటలకు వస్తాను "అన్నాడు.

అది మాములే కనుక ఎందుకు ఏమిటి అని జాహ్నవి అడగలేదు.

“ అలాగే వెళ్ళిరండి.”అంది.

ప్రతి శనివారం అతను ఎక్కడికో వెళతాడు. సాయంత్రం వెళ్ళి రాత్రి పదిగంటలకు తిరిగి వస్తాడు. ఆరోజు రాత్రి జాహ్నవి ఉపవాసం. భర్తపోయినప్పటినుంచి శనివారం రాత్రి భోజనం చెయ్యటం లేదు ఆమె. అది రమణకు బాగా అనుకూలించింది. ఒకసారి మాత్రం ఆసక్తికొద్ది అడిగింది. తన చిన్ననాటి స్నేహితుడి ఇంటికి వెళ్తున్నానని చెప్పాడు. అంతకుమించి వివరాలు చెప్పలేదు. అది నిజమో అబద్ధమో తెలియదు.

కాఫీ తాగుతూ ఉంటే మదన్ విషయం గుర్తుకువచ్చింది. దాంతో ఆమెలో ఆందోళన మొదలైంది. ఆమె ఎలాగు ఇష్టంలేదని చెప్పుతుంది. దానికి అతను కోపంతో రెచ్చిపోతాడు. తరువాత ఏం చేస్తాడో తెలియదు. ఈ విషయం రమణకు చెప్పితే ఎలా ఉంటుంది. అతను పెద్దవాడు. ఏం చేస్తాడు అతను. ఏం చెయ్యగలడు. కాకపోతే ఇది తప్పు బాబు. ఆమెకు పెళ్ళయింది. ఒక టీనేజ్ అమ్మాయి కూడా ఉందని చెప్తాడు. ఆ మాటలు మదన్ ఖచ్చితంగా వినడు. దాని వల్ల సమస్య పరిష్కారం కాదు. ఇంటి జటిలమవుతుంది.

గంట తరువాత ప్రియ తిరిగివచ్చింది. ఆమె మొహం కూడా వాడిపోయిఉంది. మొహంలో కళ లేదు. ఏదో సమస్యతో సతమతమవుతున్నట్టుగా తోస్తుంది.

హై మమ్మీ అని చెప్పి మేడమీదకు వెళ్ళిపోయింది.

పది నిమిషాల తరువాత రిఫ్రెష్ అయి వచ్చింది. కాఫీటిఫిన్ చేసింది.

“మమ్మీ తాతగారు ఏరి ఎక్కడ కనిపించటం లేదు" అడిగింది.

“బయటకు వెళ్ళారు. రాత్రికి కాని తిరిగిరాదు. ఏం ఎందుకు అడుగుతున్నావు.”

“ఊరికే కనిపించకపోతే అడిగాన"

“కొంచ అదోలా ఉన్నావు. ఏదైన ప్రాబ్లమా "అడిగింది జాహ్నవి.

“నేను బాగానే ఉన్నాను. నాకేం " అంది తడబడుతూ.

కూతరు అబద్ధం చెప్పుతుందని జాహ్నవికి అర్ధమైంది. కాని ఆ విషయం ఆమె పట్టించుకోలేదు. పెద్ద గీత చిన్న గీతను డామినేట్ చేస్తుంది. తన సమస్య ముందు కూతురు సమస్య చాల చిన్నదని ఆమె అనుకుంటోంది.

7

ఇంట్లోంచి బయలుదేరిన రమణ అటు ఇటు చూశాడు. తరువాత అటుగా వస్తున్న ఆటో ఎక్కిఅడ్రస్సు చెప్పాడు. అరగంట తరువాత ఆటో పెద్ద భవనం ముందు ఆగింది. ఆటో ఫేర్ చెల్లించి గేటు దగ్గరకు వెళ్ళాడు. గేటు దగ్గర సెక్యూరిటి సెల్ లో ఏదో విడియో చూస్తూ ఎంజాయ్ చేస్తున్నాడు. రమణను చూసి సెల్ ఆఫ్ చేసి స్టిఫ్ గా నిలబడి సెల్యూట్ చేశాడు.

“అయ్యగారు ఉన్నారు "అడిగాడు రమణ.

“ఉన్నారు సార్"అన్నాడు సెక్యూరిటి.

“ఏం చేస్తున్నారు.”

“ఎవరితోనో మాట్లాడుతున్నారు. ఆయన ఎవరో తెలియదు.”

“మేడం పాప ఉన్నారా.”

“ఉన్నారు సార్ "అని గేటు తెరిచాడు. రమణ మెల్లగా లోపలికి వెళ్ళాడు.

విశాలమైన హాలు దాటి మేడమీదకు వెళ్ళాడు.

అప్పుడే ఒక స్త్రీ అతనికి ఎదురుపడింది. సన్నగా పొడుగ్గా నాజుకుగా ఉందామే. ఏమాత్రం బేషజం లేకుండ సాధా సీదాగా ఉంది.

"మీరా ఎప్పుడు వచ్చారు"అడిగింది నవ్వుతూ.

"ఇప్పుడే. శృతి ఎక్కడ ఉంది."

"మేడ మీద కూర్చుని చదువుకుంటోంది.. మీ మీద కొంచం కోపంగా ఉంది."అంది.

"నేనేం చేశాను మీనాక్షి.

"ఏమో ఈ రోజు ఉదయం నుంచి తన మూడ్ బాగా లేదు. మీ గురించి అడిగింది. ఇంకా రాలేదని చెప్పాను. దాంతో కోపగించుకుని తన గదిలోకి వెళ్ళిపోయింది.. ఉదయం నుంచి భోజనం కూడా సరిగ్గా చెయ్యలేదు. ఇప్పుడే వేడి పాలు ఇచ్చి వచ్చాను"అంది మీనాక్షి.

"నువ్వు కంగారుపడకు. తనని నేను సముదాయిస్తాను "అని శృతి గదిలోకి వెళ్ళాడు. విశాలమైన డబుల్ బెడ్ మీద తలపట్టుకుని పడుకుంది శృతి. ఆ భంగీమలో ఆమెను చూసి అతనికి నవ్వు వచ్చింది. బలవంతంగా తన నవ్వును ఆపుకుని దగ్గరకు వెళ్ళాడు. అతని రాకను అమ్మాయి గమనించలేదు. కదలకుండ పడుకుని ఉంది. దగ్గరకు వెళ్ళి ఆమె చేతిమీద చెయ్యి వేశాడు.

చప్పున కళ్ళు తెరిచి చూసింది. ఎదురుగా రమణ కనిపించేసరికి ఆమె విచారం పోయింది. మొహంలో చిరునవ్వు కదలాడింది.

"నాతో మాట్లాడకు"అటు తిరిగి పడుకుంది పాప.

"ఇటు తిరుగు తల్లి. నీ కోసం చాల దూరంనుంచి వచ్చాను. ఇలా చెయ్యవచ్చా. నీకు ఇష్టమైన క్యారెట్ హల్వా కూడా తెచ్చాను.

"నాకేం వద్దు. అసలు నీతో నేను మాట్లాడను."

"నేనేం తప్పుచేశాను తల్లి"ఒకవేళ తప్పుచేసిఉంటే క్షమించు "రెండు

చేతులు జోడించి అన్నాడు.

“పెద్దవాళ్ళు చిన్నవాళ్ళకు సారీ చెప్పరు. నువ్వే కదా చెప్పావు.”

“ఏం చెయ్యను. నా శృతి నా మీద కోపగించుకుంది. అది నేను తట్టుకోలేకపోతున్నాను. ఇలాగైతే నేను తిరిగి వెళ్ళిపోతాను "అని మెల్లగా లేవబోయాడు.

వెంటనే శృతి లేచి అతని చెయ్యి పట్టుకుంది.

“వద్దు నువ్వు ఎక్కడికి వెళ్ళవద్దు. నాతోనే ఉండాలి"అని రమణను చుట్టుకుపోయింది పాప.

“ఊరికే అన్నాను. నేను నిన్ను విడిచి ఎక్కడికి వెళ్తాను. ఉదయం నుంచి నువ్వు సరిగ్గా అన్నం తినలేదని అమ్మ చెప్పింది. తప్పు కాదు. అమ్మను బాధపెట్టవచ్చా.”

“నీ మీద కోపంతో అలా చేశాను. ఇప్పుడు కోపం పోయింది. అమ్మ ఏం పెట్టిన తింటాను"అంది ఉత్సాహంతో శృతి. అంతకుముందు ఉన్న కోపం ఇప్పుడు మచ్చుకు కూడా కనిపించటం లేదు.

“ఇప్పుడు నాకు సంతోషంగా ఉంది. పద కిందికి వెళదాం "అన్నాడు రమణ.

ఇద్దరు కిందికి వచ్చారు. మీనాక్షి డైనింగ్ టేబుల్ మీద కాఫీ టిఫిన్ సిద్ధం చేస్తోంది. పక్కనే ఉన్నాడు ఆర్డర్లీ.

ఇద్దరికి టిఫిన్ వడ్డించింది మీనాక్షి.

అప్పుడే గదిలోంచి ఒక యువకుడు వచ్చాడు. రమణను చూడగానే అతని మొహం విప్పారింది.

“ఎంతసేపయింది వచ్చి”మర్యాదగా అడిగాడు.

“పది నిమిషాలు అయింది. పోయిన సారి వచ్చినప్పుడు నిన్ను చూడలేకపోయాను. చాల బిజీగా ఉన్నావని చెప్పారు.

“పోయినవారం నేను డిపార్ట్ మెంట్ మీటింగ్ లో ఉన్నాను. సీనియర్స్ ఆఫీసర్స్ కోసం ఏర్పాటు చేసిన మీటింగ్ అది. అందులో సిటిలో జరుగుతున్న నేరాల గురించి చర్చ జరిగింది. ఈ మధ్య సిటిలో దొంగతానాలు దోపిడిలు స్త్రీ మీద అత్యాచారాలు ఎక్కువవుతున్నాయి. ఎవరు చేస్తున్నారో తెలియటం లేదు. మెరుపు వేగంతో వచ్చి స్త్రీల మెడలో ఉన్న బంగారాన్ని దోచుకుపోతున్నారు. మా డిపార్ట్ మెంట్ నేరస్థులను పట్టుకోవటానికి ఎంతో ప్రయత్నించింది. కాని సాధ్యం కాలేదు. అందుకే సీనియర్ ఆఫీసర్ ఆ మీటింగ్ ఏర్పాటు చేశారు. ఆ కేసలను నాకు అప్పగించారు. నా జూరిడిషన్ లోకి ట్రాన్స్ ఫర్ చేశారు.

“ఆ రోజు రాత్రి పన్నెండువరకు జరిగింది మీటింగ్. ఇంటికి వచ్చేసరికి మూడు అయింది. నువ్వు వచ్చి వెళ్ళావని మీనాక్షి చెప్పింది. నేనే కాల్ చేద్దామనుకున్నాను. ఈ లోగా నువ్వే వచ్చావు. నా మాట సరే. మీరు ఎలా ఉన్నారు. ఇల్లు వసతిగా ఉందా”అడిగాడు ఆ యువకుడు.

“చాల బాగుంది.పాప ప్రియకు జాహ్నవికు నేనంటే చాల ఇష్టం. శృతిలాగే ప్రియ కూడా నన్ను తాతయ్య అని పిలుస్తుంది. చాల సంతోషంగా ఉన్నాను” అన్నాడు రమణ.

“ఇది చాలు మాకు. మీరు ఎక్కడ ఉన్నా సంతోషంగా ఆనందంగా ఉండాలి. అదే మాకు కావాలి”అన్నాడు ఆ యువకుడు.

“నా గురించి మీరు కంగారుపడకండి. జాహ్నవి నన్ను చాల బాగా

చూసుకుంటోంది."

"మీరు భోజనం చేస్తారు కదూ "అడిగింది మీనాక్షి.

"చేస్తాను. పోయిన సారి ఏదో అర్జంట్ పని ఉండి ఎక్కువసేపు ఉండలేకపోయాను. ఈ రోజు మాత్రం భోజనం చేసి వెళ్తాను."అన్నాడు రమణ.

"సరే మీరు మాట్లాడుతూ ఉండండి. నేను ఒక అర్జంట్ కాల్ చేసి వస్తాను"అని చెప్పి ఆ యువకుడు వెళ్ళిపోయాడు.

"రా అమ్మా భోజనం చేసేంతవరకు మనం ఆడుకుందాం "అన్నాడు రమణ శృతితో.

8

అందరు కలిసి మాట్లాడుకుంటు భోజనం చేశారు. భోజనం తరువాత శృతి రమణ ఆమె గదిలోకి వెళ్ళారు.

“పోయిన సారి నేను చెప్పిన లెక్కలు ప్రాక్టిస్ చేశావా "అడిగాడు రమణ.

“చేశాను. చూపిస్తాను"అని పుస్తకం తీసి చూపించింది. క్షణం పాటు చూశాడు రమణ. అతని మొహం ఆనందంతో వెలిగిపోయింది.

“అంతా కరెక్టు. ఇక నీకు లెక్కల్లో తిరుగులేదు"అన్నాడు.

“అంటే సెంట్ పర్సంట్ వస్తుందా"ఉత్సాహంగా అడిగింది శృతి.

“ఖచ్చితంగా తల్లి. మిగత సబ్జక్ట్స్ నీకు కొట్టిన పిండి. అయిన బాగా చదువు. వీలుంటే చదివిన తరువాత చూడకుండ రాయి. రాయటం వల్ల నువ్వు ఏ తప్పులు రాశావో తెలుస్తుంది. ఒకసారి చూడకుండ రాస్తే పదిసార్లు చదివినట్టు. అంతా బాగా గుర్తుండిపోతుంది.

“రేపటినుంచి రాస్తాను"అంది శృతి.

తరువాత ఇద్దరు కబుర్లలో పడ్డారు. మాట్లాడుతూ మాట్లాడుతునే శృతి అతని ఒడిలో నిద్రపోయింది. పాపను జాగ్రర్తగా పడుకోపెట్టి దుప్పటి కప్పాడు. తరువాత లేచి ఒక్క క్షణంపాటు చూశాడు. నవ్వుకుంటు గదిలోంచి బయటకు వచ్చాడు.

అప్పుడే గడియారం తొమ్మిది గంటలు కొట్టింది.

హాలులో కూర్చుని ఉన్నారు ఆ యువకుడు మీనాక్షి.

“నేను బయలుదేరుతాను. వచ్చేవారం వస్తాను"అన్నాడు రమణ.

“అప్పుడే వెళ్ళిపోతున్నారా"బాధగా అడిగాడు ఆ యువకుడు.

“ఎంతసేపు మళ్ళీ వచ్చేవారం వస్తానుగా. పాపతో చెప్పండి.”

“ఉండండి కారులో వెళ్ళండి. ఇంత రాత్రి వేళ ఆటోలు దొరుకుతాయో లేదో "అన్నాడు ఆ యువకుడు.

“ఫర్వాలేదు నేను వెళతాను "అని వాళ్ళ జవాబు కోసం ఎదురుచూడకుండ వెళ్ళిపోయాడు రమణ. ఆ యువకుడి కళ్ళలో అప్రయత్నంగా నీళ్ళు తిరిగాయి.

“ఈ రోజు మనం అందరం సినిమాకు వెళదాం"అంది ప్రియ.

“ఇప్పుడా. టైం అయిపోయింది కదా "అన్నాడు రమణ.

“ఫస్ట్ షోకు టైం అయిపోయింది. సెకండ్ షోకు టైం ఉందిగా"అంది జాహ్నవి.

“వద్దమ్మా. అసలే రోజులు బాగాలేవు. సిటిలో నేరాలు ఘోరాలు ఎక్కువయ్యాయి. ముఖ్యంగా ఆడవాళ్ళమీద దౌర్జాన్యాలు మితిమీరిపోయాయి. ఈ పరిస్థితిలో సెకండ్ షోకు సినిమాకు వెళ్ళటం అంత మంచిది కాదు.”

“లేదు తాతయ్య. చదివి చదివి బోర్ కొడుతోంది. పైగా సినిమా చూసి ఆరునెలలైంది. విక్రాంత్ దియేటర్ లో మంచి సినిమా వచ్చింది. వెళదాం కాదనకు.”

“అది కాదమ్మా. అంటు నచ్చచెప్పబోయాడు రమణ. ఈ లోగా జాహ్నవి కలగేచేసుంది.

“వెళదాం బాబాయ్. ఏం కాదు. మీరు ఉండగా మాకు భయం ఎందుకు? అంది.

ఏం చెప్పిన ఇద్దరు వినరని రమణకు అర్ధమైంది. అందుకే గత్యంతంరం లేక సరే అన్నాడు. భోజనం చేసిన తరువాత క్యాబ్ లో దియేటర్ చేరుకున్నాడు. రమణ ప్యాంటు షర్ట్ వేసుకున్నాడు. మొదటి సారి అతన్ని ఆ డ్రస్సులోచూస్తుంది ప్రియ. ఆమెకు ఆశ్చర్యంతో పాటు ఆనందం కూడాకలిగింది.టిక్కెట్స్ తీసుకుని కూర్చున్నారు. సినిమాకు మంచి టాక్ వచ్చింది. అయిన లోపల జనం మాత్రం పలచగా ఉన్నారు. అక్కడక్కడ కొన్ని జంటలు కూర్చుని ఉన్నాయి. చుట్టు పక్కల ఎవరు లేరని అనుకుంటు స్వీట్ నధింగ్స్ చెప్పుకుంటున్నాయి..

సినిమా పూర్తి అయ్యేసరికి ఒంటి గంట అయింది. మద్యలో పది నిమిషాలు కరెంటు పోయింది. దాంతో కొంచం ఆలస్యమైంది. ఆటో కోసం దియేటర్ బయట నిలబడ్డారు ముగ్గురు. అప్పుడే ఒక ఖాళీ ఆటో వాళ్ళముందు ఆగింది. ఆటో డ్రైవర్ లావుగా పొట్టిగా కొంచం మొరటుగా ఉన్నాడు. పైగా జర్దాపాన్ నములుతున్నాడు.

అతని మీద కొంచం కూడా సదభిప్రాయం కలగలేదు జాహ్నవికు. అయిన రమణ ఉన్నాడు కనుక పెద్దగా పట్టించుకోలేదు. రెండు క్షణాలు అతనితో మాట్లాడాడు రమణ. తరువాత ముందు రమణ డ్రైవర్ పక్కసీటులో కూర్చున్నాడు. జాహ్నవి ప్రియ వెనుక సీటులో

కూర్చున్నారు. కారు వేగంగా గమ్యస్థానం వైపు కదిలింది.

రివ్యూ మిర్రర్ లోంచి డ్రైవర్ జాహ్నవిని చూస్తున్నాడు. ఆ విషయం జాహ్నవి గమనించింది. ఆమెకు ఎందుకో కొంచం భయవేసింది. డ్రైవర్ వాలకం ఆమెకు భయం కలిగిస్తోంది. అప్పుడే రమణ చెప్పిన మాటలు కూడా గుర్తుకువచ్చాయి. రాకపోతే బాగుండునని అనిపించింది. రమణ మాత్రం కొంచం కూడా భయపడటం లేదు. చాల మాములుగా ఉన్నాడు.చుట్టు పక్కల పరిసరాలను జాగ్రత్తగా గమనిస్తున్నాడు.

ఆటో ఒక చిన్న గలీలోకి తిరిగటం రమణ గమనించాడు. అది వాళ్ళ ఇంటికి వెళ్ళే దారి కాదు. ఈ సంగతి జాహ్నవి కూడా గమనించింది. భయంతో ఆమె గుండెలు దడదడలాడాయి. ప్రియ కూడా కొంచం భయపడింది.

“ఇది మా ఇంటికి వెళ్ళేదారి కాదు. ఇక్కడికి వచ్చావు ఎందుకు "అడిగాడు రమణ.

ఆటోడ్రైవర్ మాట్లాడలేదు. తనని కాదన్నట్టు డ్రైవ్ చేస్తున్నాడు.

“నిన్నే అడిగేది. ఇక్కడికి ఎందుకు తీసుకువచ్చావు"ఈ సారి కోపంగా అడిగాడు రమణ.

జవాబుగా ఉన్నట్టుండి ఆటో ఆగిపోయింది. డ్రైవర్ తాపీగా దిగి రమణ వైపు వచ్చాడు.

“అందరు దిగండి "అన్నాడు కరుకుగా.

“ఎందుకు దిగాలి. మర్యాదగా ఆటోను పోనివ్వు. లేకపోతే పోలీసులకు కాల్ చేస్తాను "అన్నాడు రమణ.

అప్పుడు కూడా జవాబుచెప్పకుండ అటో డ్రైవర్ చప్పట్లు కొట్టాడు.

ఎక్కడనుంచో ఇంకో వ్యక్తి వాళ్ళముందుకు వచ్చాడు. అతను కూడా అచ్చంగా రౌడీలాగే ఉన్నాడు.ఆ వ్యక్తి చప్పున కత్తి తీసి రమణ ముందు ఆడించాడు.

జాహ్నవిని ప్రియను దిగమని చెప్పాడు డ్రైవర్.

గత్యంతరం లేక ఇద్దరు దిగి ఒక పక్కగా నిలబడ్డారు.

“ఈ ముసలాడు చాల ఎగురుతున్నాడు. ముందు వీడి పని పట్టు. ఈ లోగా ఆంటీతో ఎంజాయ్ చేస్తాను. ఆంటీ సెక్సీగా ఉంది"అన్నాడు.

గజగజ వణుకుతూ జాహ్నవి రమణ వైపు చూసింది. ఆశ్చర్యంగా రమణ మొహంలో కొంచం కూడా ఉద్వేకం లేదు. ఇది నాకు మామూలే అన్నట్టుగా ఉంది అతని వాలకం. కాని వాళ్ళ ఊహ తప్పు. అప్పటికే రమణ పిడికిళ్ళు ఆవేశంతో గట్టిగా బిగుసుకున్నాయి.

అప్పుడే డ్రైవర్ జాహ్నవి వైపు అడుగు వేశాడు.

విద్యుత్ వేగంతో రియాక్ట్ అయ్యాడు రమణ.తన కుడికాలు లేపి డ్రైవర్ పొత్తికడుపు కింద బలంంగా కొట్టాడు. ఈ చర్య చాల వేగంగా జరిగిపోయింది. దగ్గరే ఉన్న జాహ్నవి కూడా ఆ వేగాన్ని గమనించలేకపోయింది. దెబ్బ బలంగా తగలవలసిన చోట తగిలింది. కీచుగా అరుస్తూ తన పొత్తి కడుపును పట్టుకున్నాడు డ్రైవర్. నేలమీద పొర్లుగింతలు పెట్టాడు.

నోట్లోంచి తెల్లని నురగ బయటకు వచ్చింది.

ఊహించని ఈ పరిణామానికి కత్తిపట్టుకున్నవాడు బిత్తరపోయాడు. రమణ ఇంతకు తెగిస్తాడని అతను ఊహించలేదు. క్షణం సేపు అతని దృష్టి తన సహచరుడి వైపు వెళ్ళింది. ఆ అవకాశం చక్కగా

వినియోగించుకున్నాడు రమణ. ఆ వ్యక్తి చెయ్యి పట్టుకుని పక్కకు తిప్పాడు. వాడు బాధతో అరుస్తూ కత్తిని కింద పడేశాడు. ఆ తరువాత జరిగిన సన్నివేశం జాహ్నవి మైండ్ ను బ్లాంక్ చేసింది.

ఒక కట్టెలు కొట్టేవాడు కొమ్మలను ఎంత క్యాజువల్ గా విరుస్తాడో రమణ అతని చెయ్యిని వెనక్కి తిప్పి విరిచేశాడు. భూనభోంతరాలు దద్దరిల్లిపోయేలా అరిచాడు వాడు.చుట్టుపక్కల ఎవరు లేరు. అంతా నిశబ్దంగా నిస్తేజంగా ఉంది. అయిన రమణ వాడిని విడిచిపెట్టలేదు. అరచేత్తో అతని మొహం మీద గట్టిగా చరిచాడు. దాంతో వాడి నోరు మూతపడింది.

వాడికి స్పృహ పోయింది. వాళ్ళవైపు అభావంగా చూశాడు రమణ. తరువాత జాహ్నవి వైపుతిరిగి ఆటో ఎక్కమని చెప్పాడు.

సందిగ్ధంగా చూసింది జాహ్నవి.

“ఫర్వాలేదు ఎక్కండి. నేను డ్రైవ్ చేస్తాను "అన్నాడు రమణ.నిద్రలో నడుస్తున్నట్టు వెళ్ళి కూర్చుంది జాహ్నవి. ప్రియ కూడా ఒక రకమైన ట్రాన్స్ ఉంది. అరగంట తరువాత ఆటో ఇంటిముందు ఆగింది. ఆటోను లోపల పార్క్ చేశాడు రమణ. తరువాత ముగ్గురు లోపలికి వెళ్ళారు.

“ఇప్పుడు ఏం ఫర్వాలేదు. బట్టలు మార్చుకుని వెళ్ళి పడుకోండి " అన్నాడు రమణ.

తల్లి కూతురు సోఫాలో బొమ్మలా కూర్చున్నారు. ఇద్దరు షాక్ లోంచి తేరుకోలేదు. ట్రాన్స్ లో ఉన్నట్టుగా ఉన్నారు. జరిగింది మాములు సంఘటన కాదు. సమయానికి రమణ కలచేసుకోవటం వల్ల ప్రమాధం

తప్పింది. లేకపోతే. ఆ ఆలోచనే జాహ్నవికి భయంకరంగా తోచింది. వాళ్ళ పరిస్థితిని అతను అర్థంచేసుకున్నాడు. ఏం మాట్లాడకుండ తన గదిలోకి వెళ్ళాడు. బట్టలు మార్చుకుని వచ్చాడు. అప్పుడే బయట ఏదో వాహనం అగిన చప్పుడు వినిపించింది. గేటు ముందు పోలీస్ జీపు ఆగింది. అందులోంచి ఒక యస్ ఐ ఇద్దరు కానిస్టెబుల్స్ దిగారు. పోలీసులను చూడగానే భూతాన్ని చూస్తునట్టుగా చూశారు.

మీరు ఇక్కడే ఉండండి నేను మాట్లాడతాను అని రమణ బయటకు వెళ్ళాడు. లోపల నుంచి రమణ పోలీస్ ఆఫీసర్ స్పష్టంగా కనిపిస్తున్నారు. రమణ అతనికి ఏదో మెల్లగా చెప్పుతున్నాడు.. ఆటోలో ఉన్న డ్రైవర్ డ్రైవింగ్ లైసెన్స్ మిగత డాక్యుమెంట్స్ వాళ్ళకు ఇచ్చాడు. ఆశ్చర్యంగా వాళ్ళు రమణకు షేక్ హాండ్ ఇచ్చారు. ఒక కానిస్టెబుల్ ఆటోలో కూర్చుని స్టార్ట్ చేశాడు. మిగత ఇద్దరు జీపులో కూర్చుని వెళ్ళిపోయారు.

తేలికగా నిట్టుర్చింది జాహ్నవి.

ఆ రాత్రి ప్రియ ఒంటరిగా పడుకోలేకపోయింది. కొన్ని గంటలముందు జరిగిన సంఘటన ఇంకా ఆమె మరిచిపోలేకపోతుంది. కళ్ళముందు ఆ డ్రైవర్ అతని సహచరుడి రూపం గోచరిస్తున్నాయి. జాహ్నవి పరిస్థితి కూడా ఇంచుమించు అలాగే ఉంది. జరిగింది మాములు సంఘటన కాదు. ఇలా జరుగుతుందని రమణ ముందే ఊహించినట్టుగా ఉంది. అందుకే సినిమా వద్దని హెచ్చరించాడు. అయిన ఆమె వినిపించుకోలేదు. మొండిగా బయలుదేరింది. పర్యవసానం అనుభవించింది. ఇది మాత్రం ఆమె పెద్ద గుణపాఠంగా

ఉండిపోయింది. జీవితంలో ఇంకేప్పుడు సెకండ్ షోక్ వెళ్ళకూడదని గట్టిగా తీర్మానించుకుంది.

జరిగిన సంఘటన ఒక ఎత్తు. రమణ పరిస్థితిని ఎదురుకున్న విధానం ఇంకో ఎత్తు. పరిస్థితిని రమణ ఎదురుకున్న పద్ధతి ఆమెను ఇంకా ఆశ్చర్యపరుసోంది. ఒక యాబై అయిదేళ్ళ వృద్ధుడు అంత వేగంగా రియాక్ట్ అవుతాడని ఆమె ఊహించలేదు. ఇలాంటి సంఘటనలు కేవలం పుస్తకాలలో సినిమాలో మాత్రమే జరుగుతాయని అనుకుంది. కాని నిజజీవితంలో కూడా జరుగుతాయని ఇప్పుడు తెలిసింది. దానికి ఆమె అనుభవమే సాక్ష్యం.

9

“నన్ను క్షమించండి బాబాయ్ "అంది జాహ్నవి అపాలజటిక్ గా.

“ఎందుకు అమ్మా. నువ్వేం తప్పుచేశావని"అన్నాడు ఆశ్చర్యంగా రమణ.

“నిన్న మీరు ఎంతో చెప్పిచూశారు "అంది జాహ్నవి. కాని మేము వినిపించుకోలేదు. ముఖ్యంగా నేను పట్టించుకోలేదు. ప్రియలాగా ప్రవర్తించాను. మీ సలహ వినిఉంటే ఆ ఆపద వచ్చేది కాదు.”

“జరిగింది మరిచిపో. అంతా మన మంచికే అనుకో"ఊరడించాడు రమణ. ఆనుభవం కంటే గొప్ప పాఠం ఇంకేం ఉండదు.”

“సమయానికి మీరు కలగచేసుకోకపోతే నేను ప్రియ చాల ప్రమాధంలో పడేవాళ్ళం. నా జీవితం నాశనం అయ్యేది. మీకు ఎలా ధ్యాంక్స్ చెప్పాలో అర్ధంకావటం లేదు.”

“నాకు ధ్యాంక్స్ చెప్పవలసిన అవసరం లేదు. నేను నీ బాబాయ్ ని. జరిగింది ఒక పీడకలగా మరిచిపో.ఇంతటితో ఆ ప్రసక్కి విడిచిపెట్టు"అన్నాడు.

తరువాత ప్రియ లేచిందా అని అడిగాడు. ఇంకా లేదని నిద్రపోతుందని చెప్పింది జాహ్నవి. మెల్లగా గదిలోకి వెళ్ళాడు రమణ. ఆదమరిచి

నిద్రపోతుంది ప్రియ. దగ్గరకు వెళ్ళి ఆమె ఒంటి మీద చెయ్యివేశాడు రమణ. ఒళ్ళు వేడిగా ఉంది.

“పాపకు జ్వరం వచ్చినట్టుగా ఉంది"అన్నాడు రమణ.

వెంటనే తన సెల్ తీసి డాక్టర్ కు కాల్ చేశాడు రమణ. కొంచం సేపయిన తరువాత డాక్టర్ కారులో వచ్చాడు. ప్రియను చెక్ చేశాడు. తరువాత రమణ వైపు చూసి నవ్వాడు.

“పెద్ద ప్రమాధం లేదు. షాక్ వల్ల జ్వరం వచ్చింది. ఈ టాబ్లెట్స్ మూడు గంటలకు ఒక సారి ఇవ్వండి. సాయంత్రానికల్లా తేరుకుంటుంది "అన్నాడు.

డాక్టర్ వెళ్ళిపోయిన తరువాత ప్రియ బాధ్యత పూర్తిగా తన మీద వేసుకున్నాడు రమణ. ఆమెకు కాఫీ తాగించాడు. ఒళ్ళో కూర్చోపెట్టుకుని టిఫిన్ తినిపించాడు. టైంకు మందులు మింగించాడు. ఒక వైపు వంటపని చూసుకుంటునే ఇంకో వైపు ప్రియను చూసుకున్నాడు. జాహ్నవికి ఏ పని లేకుండ పోయింది. డాక్టర్ చెప్పినట్టుగానే జరిగింది. సాయంత్రం ఆరుగంటలకల్లా ప్రియ తేరుకుంది. రమణను చూసి హాయిగా నవ్వింది.

ప్రియ తేరుకున్నందుకు తేలికగా నిటుర్చింది జాహ్నవి.

రెండు రోజులు గడిచాయి.

ఆ రోజు మాములుగా ప్రియ స్కూల్ కు వెళ్ళింది. లంచ్ అవర్ లో ఆమె భోజనం చేస్తుంటే రాహుల్ వచ్చాడు.

ఏమిటి అన్నట్టు మొహం చిట్లించింది ప్రియ.

“ఏం నిర్ణయించుకున్నావు "అడిగాడు రాహుల్.

“ఏమిటి నిర్ణయించుకోవటం"తెలిసిన తెలియనట్టుగా అడిగింది.

“ఉత్తరానికి ఇంకా జవాబు చెప్పలేదు. చాల రోజులు ఆగాను. అయిన నువ్వు దానికి జవాబు చెప్పలేదు. కనీసం కాల్ కూడా చెప్పలేదు.”

“నాకు అలాంటివి గిట్టవు. నేను బాగా చదువుకోవాలి. పెద్ద ఉద్యోగం చెయ్యాలి.”

“దానికి నాతో ఫ్రెండ్ షిప్ కు సంబంధం లేదు.”

“అని నువ్వు అనుకుంటున్నాను. కాని నేను అలా అనుకోవటం లేదు. ఈ బాయ్ ఫ్రెండ్స్ పబ్ లు చదువుకు అడ్డం పడతాయి. సరిగ్గా చదవనివ్వవు. కాన్సన్ ట్రేషన్ తప్పేలా చేస్తాయి. అందుకే నాకు అవంటే ఇష్టంలేదు.”

“ఇదేనా నీ నిర్ణయం "అడిగాడు రాహుల్. అతని మొహం కోపంతో అస్తమిస్తున్న సూర్యుడిలా ఎర్రగా ఉంది. ఇందులో అతనికి ఇంత కోపం ఎందుకు వచ్చిందా అని ఆశ్చర్యపోయింది ప్రియ.

“బాగా ఆలోచించుకో ప్రియ"అన్నాడు.

“నా నిర్ణయం చెప్పాను. ఇకనుంచి నన్ను ఇబ్బంది పెట్టకు. ఇంకో సారి ఆ విషయం మాట్లాడితే ప్రిన్స్ పాల్ కు రిపోర్ట్ చేస్తాను"అంది.

కోపంతో విసవిస అంటు వెళ్ళిపోయాడు రాహుల్.

పెద్దగా గొడవ చెయ్యకుండ వెళ్ళిపోయినందుకు రిలీఫ్ గా ఫీలయింది ప్రియ. ఆ విషయం గురించి పూర్తిగా మరిచిపోయింది.

మరోరెండు రోజులు గడిచాయి. ఆ రోజు ప్రియకు స్పెషల్ క్లాసు ఉంది. రావటానికి ఎనిమిదిగంటలు అవతుందని జాహ్నవితో చెప్పింది.

“అంతా రాత్రి ఒంటరిగా ఎలా వస్తావు. నేను తోడు రానా"అడిగింది జాహ్నవి.

“నువ్వు ఎలా వస్తావు మమ్మీ. నీకు ఆఫీసు ఉందిగా "అంది ప్రియ.

“సెలవు పెడతాను. నువ్వు ఒంటరిగా చీకటిలో రావటం నాకు ఇష్టం లేదు.”

“అవసరం లేదు మమ్మీ, నా స్నేహితురాలితో కలిసి వస్తాను.తన ఇల్లు కూడా ఇక్కడే ఉంది.”

“సరే జాగ్రత్త. ఏమాత్రం భయం కలిగిన వెంటనే నాకు కాల్ చెయ్యి. అర్థమైందా "అంది జాహ్నవి.

ప్రియ స్కూల్ కు వెళ్ళిన తరువాత జాహ్నవి ఆఫీసుకు తయారయింది.

“ఈ రోజు ప్రియ ఆలస్యంగా వస్తుంది. తనకు స్పెషల్ క్లాసు ఉందట"అంది.

“ఎన్ని గంటలకు వస్తుంది పాప "అడిగాడు రమణ.

“ఎనిమిది గంటలకు వస్తానని చెప్పింది. జాగ్రర్తగా ఉండమని చెప్పాను. స్నేహితురాలితో కలిసి వస్తుంది. అందుకే భయపడవలసిన పని లేదు"అంది జాహ్నవి.

జాహ్నవి ఆఫీసుకు వెళ్ళిన తరువాత రమణ అన్ని పనులు పూర్తిచేశాడు. ఆ రోజు శనివారం. శృతి దగ్గరకు వెళ్ళేరోజు. కాని ఇప్పుడు అనుకోకుండ ప్రియ సమస్య వచ్చింది. తను లేటుగా వస్తానని చెప్పటంతో ఇరకాటంలో పడ్డాడు రమణ. శృతి దగ్గరకు వెళ్ళాలా లేక ప్రియ ఇంటికి వచ్చేంతవరకు కాచుకోవాలో అతనికి అర్థంకాలేదు.

సాయంత్రం వరకు ఇదే విషయం గురించి ఆలోచిస్తూ ఉండిపోయాడు. అయిదు గంటలకు కిచెన్ లో కి వెళ్ళి టిఫిన్ ప్రయత్నంలో పడ్డాడు. అప్పుడే అతని సెల్ రింగ్ అయింది. డిస్ ప్లే మీద శృతి నెంబర్ కనిపించింది.

“నేను తాతయ్య శృతిని మాట్లాడుతున్నాను "అంది శృతి.

“చెప్పమా ఎలా ఉన్నావు"అడిగాడు రమణ.

“ఈ రోజు సాయంత్రం అందరం బయటకు వెళుతున్నాం. రావటానికి ఆలస్యం అవుతుంది. అమ్మ నిన్ను రావద్దని చెప్పమంది.”

“ఎక్కడికి వెళుతున్నారమ్మా.”

“నాన్నగారు ఏదో పార్టీ అని చెప్పారు. అక్కడికి వెళుతున్నాం. ఉంటాను తాతయ్యా. వచ్చేవారం మాత్రం రావటం మరిచిపోకు"అని లైన్ కట్ చేసింది శృతి.

కాగల కార్యం గంధర్వులే తీర్చినట్టుగా తోచింది రమణకు. అతని మనస్సులో భారం దిగిపోయింది. సంతోషంగా తన పనులు పూర్తిచేశాడు. సాయంత్రం టైం ప్రకారం వచ్చేసింది జాహ్నవి. ఆమెకు కాఫీ టిఫిన్ సర్వ్ చేశాడు.

“ఈ రోజు నేను బయటకు వెళ్ళటం లేదమ్మా "అన్నాడు.

ఆశ్చర్యంగా చూసింది జాహ్నవి.

“నా స్నేహితుడికి ఏదో అర్జంట్ పని పడింది. అందుకే బయటకు వెళుతున్నాడు. నన్ను రావద్దని చెప్పాడు. అందుకే ఏడుగంటలకు నేను ప్రియను పికప్ చేసుకోవటానికి వెళతాను.”

“తను తన స్నేహితురాలితో కలిసి వస్తానని చెప్పింది కదా"

"అయిన నా మనస్సు ఆగటం లేదు. అందుకే ఏడుగంటలకు బయలుదేరుతాను. ఒక వేళ ఆలస్యం అయిన కాచుకుని ఉంటాను"అన్నాడు రమణ.

సరే అనక తప్పలేదు జాహ్నవికి.

10

రమణ సైకిల్ మీద బయలుదేరాడు.. ప్రియ స్కూల్ కు ఇంటికి మధ్య ఒక గల్లీఉంది. అందులోంచి ఇంటికి రావాలి. ఆ ప్రాంతం కొంచం చీకటిగా ఉంటుంది. పెద్దగా వెలుతురు ఉండదు. ఈ విషయం రమణకు తెలుసు. అందుకే కొంచం కంగారుపడ్డాడు.

టైం ఏడున్నరు కావస్తోంది. సైకిల్ ఆపి నిలబడ్డాడు రమణ. ఇంకాకొంచం సేపటిలో ప్రియ వస్తుంది.అప్పుడే ఒక సైకిల్ మీద ఒక కుర్రవాడు అతన్ని దాటుకుని ముందుకు వెళ్ళాడు. క్యాజువల్ గా అతని వైపు చూశాడు రమణ కాని పెద్దగా పట్టించుకోలేదు.

కొంచం సేపయిన తరువాత ప్రియ కనిపించింది. ఆమె ఒంటరిగా వస్తుంది. ఆమెతో ఎప్పుడు ఒక స్నేహితురాలు ఉంటుంది. ఆమె ఇల్లు కూడా ప్రియ ఇంటి దగ్గరే. కాని ఈ రోజు ఆమె పక్కన లేదు. రమణ సైకిల్ ఎక్కి ప్రియకు ఎదురు వెళ్ళాడు.

“రామ్మా సైకిల్ మీద కూర్చో" అన్నాడు రమణ.

“ఈ టైంలో ఇక్కడ ఉన్నావు ఏమిటి. బయటకు వెళ్ళలేదా"ఆశ్చర్యంగా అడిగింది ప్రియ.

“లేదమ్మా ఈ రోజు నీ కోసం సెలవు తీసుకున్నాను "అన్నాడు

రమణ.

“నా కోసమా ఎందుకు"ఆశ్చర్యంగా చూసింది ప్రియ.

“నీకు ప్రైవేట్ క్లాసు ఉందని అమ్మ చెప్పింది. రాత్రి వేళ నువ్వు ఒంటరిగా రావటం నాకు ఇష్టం లేదు. అందుకే నీకు తోడుగా వచ్చాను.”

“ఇల్లు దగ్గరే కదా తాతయ్య. అంత భయం ఎందుకు.”

“నీకు పెళ్ళయి తల్లివి అయినప్పుడు అప్పుడు తెలుస్తుంది. పది ఎక్కు "అంటు తొందరచేశాడు రమణ. అప్పుడే ఊహించని పరిణామం జరిగింది. ఒక సైకిల్ వేగంగా వచ్చి వాళ్ళ ముందు ఆగింది. దాని మీద ఒక అబ్బాయి కూర్చుని ఉన్నాడు. వాడిచేతిలో ఏదో సీసా ఉంది. అందులో ద్రవం ఉంది. ఆ అబ్బాయి కూడా ప్రియ లాంటి యూనిఫారమ్ వేసుకున్నాడు.

బహుశా అతని ప్రియ స్కూల్ లో చదువుతున్నట్టుగా ఉంది.

“హల్లోరాహుల్ అంది ప్రియ నవ్వుతూ.

అ అబ్బాయి మాట్లాడలేదు. సీసా మూత తీసి సిద్ధంగా ఉన్నాడు. జరగబోయేది ఏమిటో రమణ గ్రహించాడు. ఆ అబ్బాయి ప్రియ మొహం మీద యాసిడ్ పొయ్యటానికి వచ్చాడు. ఆ ఊహ రమణను నిలువున కంపింపచేసింది. అతని శరీరం అప్రయత్నంగా వణికింది. ప్రియ మాత్రం ఆ విషయం గ్రహించలేకపోయింది. ఆమె మాములుగా ఉంది. రాహుల్ తనని పలకరించటానికి వచ్చాడని అనుకుంటోంది.

ఒక క్షణం గడిచింది.

రాహుల్ సీసా మూత తీసి యాసిడ్ ను ప్రియ మొహం మీద పోశాడు.

సమయానికి రమణ రియాక్ట్ అయ్యాడు. ప్రియాను అవతలకు నెట్టి తను పక్కకు జరిగాడు. మొహం మీద పడవలసిన యాసిడ్ సైకిల్ మీద పడింది. బుస్ బుస్ మంటు యాసిడ్ పొంగింది. అదో రకమైన నీచు వాసన వచ్చింది. జరిగింది రాహుల్ గ్రహించాడు. తన మొదటి ప్రయత్నం విఫలమైనందుకు చిరాకుపడ్డాడు. ఇంకోసారి ట్రై చేద్దామని అనుకున్నాడు. మళ్ళీపొయ్యబోయాడు. కాని ఈ సారి రమణ అతనికి అవకాశం ఇవ్వలేదు. వేగంగా దగ్గరకు వెళ్ళి అతని చేతిలో ఉన్న సీసాను లాగేసుకున్నాడు. అదే వేగంతో దాన్ని అవతలకు విసిరేశాడు. అంతటితో ఊరుకోలేదు రమణ. చిన్న పిల్లవాడి అని కూడా అతను చూడలేదు. అరచేత్తో బలంగా రాహుల్ మొహం మీద కొట్టాడు. ఫట్ మంటు చప్పుడు అయింది. రాహుల్ మొహం పగిలిపోయింది. ముక్కు దూలం అదిరింది. కళ్ళు పచ్చబడ్డాయి. పెద్దవాళ్ళకే అలాంటి దెబ్బ తట్టుకోవటం కష్టం. రాహుల్ ఏం తట్టుకోగలడు. ముక్కులోంచి సన్నగా రక్తం కారసాగింది.

అంత బాధలోను రాహుల్ స్పందించాడు. ఒక్క క్షణం కూడా ఆలస్యం చెయ్యలేదు. సైకిల్ తీసుకుని వేగంగా వెళ్ళిపోయాడు. వాడు వెళ్ళిన వైపు చూస్తూ ఉండిపోయాడు రమణ. తరువాత ప్రియ దగ్గరకు వెళ్ళాడు. రమణ విసురుగా తొయ్యటం వల్ల ఆమె అన్ బాలెన్స్ అయింది. తూలి నేలమీద పడిపోయింది. వెంటనే లేవటానికి ప్రయత్నించింది. అప్పుడే రమణ రాహుల్ మీద దాడిచెయ్యటం అతన్ని చావగొట్టటం చూసింది. షాక్ తో బిగుసుకుపోయింది.

“దెబ్బలు తగలలేదు కదా "మెల్లగా ప్రియను లేపుతూ అడిగాడు

రమణ.

“లేదు తాతయ్య. కొంచం మోచేతులు గీరుకుపోయాయి అంతే.”

తరువాత ఇద్దరు బయలుదేరారు. ప్రియ ముందు కూర్చుంది. పది నిమిషాలలో ఇంటికి చేరుకున్నారు ఇద్దరు. వాళ్ళకోసం జాహ్నవి ఎదురుచూస్తూ గుమ్మం ముందు నిల్చింది.

“చేతికి ఏమైంది"అడిగింది.

“తూలి కింద పడింది. కొంచం గీరుకుపోయింది. భయపడవలసింది ఏం లేదు "అన్నాడు రమణ.

అంతకుముందే ప్రియకు ఈ విషయం జాహ్నవికి చెప్పవద్దని చెప్పాడు. ఇంకా దియేటర్ దగ్గర సంఘటన ఇంకా పూర్తిగా మరిచిపోలేదు జాహ్నవి. ఇప్పుడు ఇది చెపితే అనవసరంగా భయపడుతుంది. కంగారుపడుతుంది.

ప్రియ తన గదిలోకి వెళ్ళిపోయింది. రమణ అలవాటు ప్రకారం కిచెన్ లోకి వెళ్ళాడు.

ఆ రోజు మాములుగా అందరు భోజనానికి కూర్చున్నారు. ప్రియ భయం భయంగా రమణ వైపు చూస్తోంది. ఏం భయపడవద్దని సైగ చేశాడు రమణ. భోజనం అయిన తరువాత ఎవరి గదిలోకి వాళ్ళు వెళ్ళిపోయారు. మాములుగా అయితే ఈ టైంలో శృతికి లెక్కలు చెప్పేవాడు రమణ. కాని ఈ రోజు శృతి దగ్గరకు వెళ్ళలేదు. కనీసం ప్రియకు అయిన చెప్పాలని అనుకున్నాడు.

అన్ని పనులు పూర్తిచేసుకుని ప్రియ గదిలోకి వెళ్ళాడు రమణ. అప్పుడే ప్రియ పుస్తకం ముందు పెట్టుకుని లెక్కలు చేస్తోంది.

“ఇంతకి ఎవరమ్మా అతను "ప్రియ పక్కన కూర్చుంటు అడిగాడు రమణ.

“నా క్లాస్ మెట్ పేరు రాహుల్"అంది ప్రియ.

“నీకు వాడికి ఏమిటి శత్రత్వం. వాడు ఎందుకు నీమీద యాసిడ్ పొయ్యాలనుకున్నాడు.”

ప్రియ ఏం దాచలేదు. దాచవలసిన అవసరం కూడా లేదు. ఎంతో సహాయం చేస్తున్న రమణకు అబద్ధం చెప్పటం ప్రియకు ఇష్టంలేదు. అందుకే అంతా చెప్పింది. బ్యాగ్ లోంచి రాహుల్ రాసిన ఉత్తరం కూడా తీసి ఇచ్చింది. దాని చదివి భారంగా నిటుర్చాడు అతను. ఈ కాలపు పిల్లలు ఎంతగా చెడిపోతున్నారో అతనికి అర్ధమైంది. చదవుకో వలసిన టైంలో ప్రేమ అంటు తిరుగుతున్నారు. ప్రేం ఫలించకపోతే అమ్మాయి మీద యాసిడ్ పొయ్యటానికి ప్రయత్నిస్తున్నారు. ఇది ఒక్కటి మాత్రం ఐసోలేటెడ్ సంఘటన కాదు. రోజు దేశంలో ఇలాంటి సంఘటనలు చాల జరుగుతున్నాయి. కేవలం పిల్లలు యువకులు మాత్రమే కాదు. మంచి ఉద్యోగం చేసుకుంటున్న అమ్మాయిలు కూడా ఇలాంటి ఉపద్రం ఎదురుకుంటున్నారు.

“ఈ విషయం నాకు ముందే ఎందుకు చెప్పలేదు"అడిగాడు రమణ.

“అంత సీరియస్ గా తీసుకోలేదు తాతయ్య. వాడి గురించి మా అందరికి తెలుసు. ఒక్కొక్కోసారి ఇలా బెదిరించటం వాడికి అలవాటు. అందుకే పట్టించుకోలేదు.”

“విషయం చిన్నదా పెద్దదా అని నిర్ణయించవలసినంది నువ్వు కాదు. పెద్దలు. స్కూల్ లో ఎలాంటి సంఘటన జరిగిన పెద్దవాళ్ళకు

చెప్పాలి. అర్థమైందా "అన్నాడు రమణ.

“అలాగే ఇంకేప్పుడు ఏది దాచను"అంది ప్రియ.

చిరునవ్వు నవ్వాడు రమణ. దాంతో ఇద్దరి మధ్య వాతావరణం తేలికపడింది.

11

గేటు దగ్గర కారు ఆగిన చప్పుడు వినిపించింది. హాలులో కూర్చుని టీవి చూస్తున్న జాహ్నవి లేచి వెళ్ళి చూసింది. గుమ్మం ముందు పొడుగాటి కారు ఆగిఉంది. అందులో ఒక మధ్యవయస్కుడు దిగాడు. చాల ఖరీదుగా అట్టహాసంగా ఉన్నాడు. మొహం చిటపటలాడుతోంది.

ఎవరా అన్నట్టు జాహ్నవి హాలులోంచి బయటకు వచ్చింది.

“ఇది ప్రియ ఇల్లే కదూ "అన్నాడు ఆ వ్యక్తి.

“అవును "అంది జాహ్నవి. ఆ వ్యక్తి ఎవరో ఆమెనకు తెలియదు. ఇంతకుముందు ఎప్పుడు అతన్ని చూడలేదు. రమేష్ కు పరిచయం ఉన్నట్టుగా ఉంది.

“అవును ఇదే లోపలికి రండి "అని మర్యాదగా ఆహ్వానించింది.

అతను వచ్చి కూర్చున్నాడు. జాహ్నవి ఒక పక్కగా నిలబడి అతని వైపు చూస్తోంది.

“మీ అమ్మాయి ఇంట్లో ఉందా"అడిగాడు అతను.

“ఉంది. మేడమీద ఉంది. పిలవమంటారా"అంది జాహ్నవి.

అతను ప్రియను ఎందుకు అడుగుతున్నాడో ఆమెకు

అర్ధంకాలేదు.అయిన పైకి వెళ్ళబోయింది. అప్పుడే కిచెన్ లోంచి రమణ వచ్చాడు.

"ఎవరమ్మా ఆయిన ఏం కావాలి"జాహ్నవిని అడిగాడు.

"ఆయన ప్రియతో మాట్లాడాలంట. వెళ్ళి పిలుచుకురండి "అంది.

రమణ వెళ్ళి ప్రియను పిలుచుకుని వచ్చాడు. సోఫాల్ కూర్చున్న వ్యక్తిని చూసింది ప్రియ. అంతే ఆమె గుండెలు గుబెలుమన్నాయి. ఆ కూర్చున్న పెద్దమనిషి రాహుల్ తండ్రి. పెద్ద బిజినెస్ మాగ్నట్.ఒకసారి రాహుల్ ఏదో తప్పు చేశాడు. అప్పుడు ప్రిన్స్ పాల్ అతని తండ్రికి కబురు పెట్టాడు. ఆయన వచ్చాడు. అప్పుడు చూసింది అతన్ని. అందుకే వెంటనే గుర్తపట్టగలిగింది.

"నమస్కారం అంకుల్ "అంది ప్రియ.

"నమస్కారం తరువాత. రాహుల్ ను ఎందుకు కొట్టించావు "అడిగాడు అతను.

"నేను కొట్టించలేదు అంకుల్."

"మరి అతనికి అంత పెద్ద దెబ్బ ఎలా తగిలింది. ముక్కుపగిలింది. ముందున్న రెండు పళ్ళు కదిలిపోయాయి. ఒక చిన్న కుర్రవాడిని అంతలా కొట్టిస్తావా. వాడు ఏం తప్పు చేశాడు "కోపంగా అడిగాడు అతను.

రమణకు అంతా అర్ధమైంది. ఆ రోజు రాహుల్ ను అతను కొట్టిన దెబ్బలకు ఈ పెద్ద మనిషి సంజాయిషి అడగటానికి వచ్చాడు. ప్రియకు కూడా అంతా అర్ధమైంది. భయంతో వణికిపోయింది. ఇన్ని రోజులు తల్లికి చెప్పకుండ దాచింది. ఇప్పుడు బయటపడింది. తల్లి

ఏమనుకుంటుందో "అని వర్రీ అయింది.

“నాకేం అర్ధంకావటం లేదు. అసలు ఏం జరిగింది సార్ "అంది జాహ్నవి.

“ఇందులో మా అబ్బాయి తప్పు ఏం లేదు. మాములుగా ప్రియతో మాట్లాడటానికి వెళ్ళాడు. ఇద్దరు ఒకే క్లాసులో చదువుకుంటున్నారు. అక్కడ ఏం జరిగిందో ఏమో. అదేసమయంలో ప్రియ పక్కన ఎవరో ఉన్నారు. అతనికి ఏం వచ్చిందో తెలియదు. మా అబ్బాయిని పట్టుకుని బాగా కొట్టాడు. రక్తం కారుతున్న మొహంతో ఇంటికి వచ్చాడు వాడు. విపరీతమైన జ్వరం. అయిదు రోజులనుంచి వాడు స్కూల్ కు వెళ్ళలేదు. ఈ రోజే వాడికి పత్యం పెట్టాను. అసలు విషయం అప్పుడు చెప్పాడు. ఇది జరిగింది. ఇప్పుడు చెప్పండి. ఆ కొట్టిన పెద్ద మనిషి ఎవరు "గట్టిగా అన్నాడు.

అంతవరకు మౌనంగా ఉన్న రమణ రియాక్ట్ అయ్యాడు.

“నేనే కొట్టింది"అన్నాడు.

“నువ్వా ఎందుకు కొట్టావు "అన్నాడు. ఇంత పెద్దవాడివి చిన్న పిల్లవాడిని కొట్టటానికి సిగ్గులేదు.”

“సిగ్గుపడవలసింది నేను కాదు. మీరు మీ అబ్బాయి. అసలు విషయం తెలుసుకోకుండ మాటలు మీరవద్దు. అదిమీకే మంచిది కాదు.”

“నేనే ఎవరో తెలుసా.”

“మీరు ఎవరైన కావచ్చు. మర్యాదగా ప్రవర్తించమని చెప్పుతున్నాను.

“అడ్డమైనవాళ్ళకు నేను మర్యాద ఇవ్వను. మా అబ్బాయిని కొట్టింది కాక పైగా మాట్లాడుతున్నావు.”

ఏం జరుగుతుందో అర్ధంకాక జాహ్నవి విస్తుబోయి చూస్తుంది. ఏం జరుగుతుందో అనే భయంతో ప్రియ వెళ్ళి తల్లి పక్కన నిలబడింది.

"మాటలు తూచి మాట్లాడండి. అసలు విషయం తెలుసుకోకుండ మాట్లాడవద్దు. చేసింది అంతా మీ అబ్బాయి. స్కూల్ కు చదువుకోవటానికి పంపిస్తే మీ అబ్బాయి పిచ్చిపనులు చేస్తున్నాడు. నా మనుమరాలికి ప్రేమ లేఖ రాశాడు. తన ప్రేమను ఒప్పుకోకపోతే ఏదైన చేస్తానని బెదిరించాడు. మా అమ్మాయి మీ అబ్బాయి ప్రపోజల్ ను తిరస్కరించింది. దాంతో మీ వాడికి కోపం వచ్చింది. వాడి ఈగో దెబ్బతింది. ఎలాగైన మా అమ్మాయి మీద పగతీర్చుకోవాలని నిర్ణయించుకున్నాడు. అందుకే సమయం కోసం కాచుకున్నాడు. ఆ సమయం రానే వచ్చింది. పదిరోజులకు ముందు స్పెషల్ క్లాసు నుంచి ఒంటరిగా ఇంటికి వస్తోంది. మీ అబ్బాయి ఆమెకు అడ్డం వెళ్ళి ఆమె మొహం మీద యాసిడ్ పొయ్యటానికి ప్రయత్నించాడు. సమయానికి నేను అక్కడే ఉన్నాను. వెంటనే అడ్డుపడి యాసిడ్ సీసాను కిందపడేలా చేశాను. అయిన మీ అబ్బాయి ఊరుకోలేదు. మళ్ళి ప్రయత్నించబోయాడు.. అప్పుడు కోపం వచ్చింది నాకు. మాటలతో వీలు కాదని అనుకుని నాలుగు దెబ్బలు వేశాను.ఇది తప్పా. నా స్థానంలో మీరు ఉంటే కూడా ఇదే చేస్తారు."

"దీనికి సాక్ష్యం ఉందా"

రమణ చేతిలో ఉన్న కాగితం ఇచ్చాడు. అది చదివిన అతని మొహం తెల్లగా పాలిపోయింది. అవమానంతో ఒక్క క్షణం పాటు మాట్లాడలేకపోయాడు. తరువాత తేరుకుని అన్నాడు.

“సారీ "

“ఫర్వాలేదు. ఇప్పటికైన మించిపోయింది ఏం లేదు. బాబును జాగ్రర్తగా చూసుకోండి. ఇంతకంటే చెప్పాల్సింది ఏం లేదు "అన్నాడు రమణ.

అతను నవ్వి వెళ్ళిపోయాడు.

తుపాను వచ్చి వెలిసినట్టుగా ఫీలయింది జాహ్నవి.

“ఇంత జరిగితే నాతో ఎందుకు చెప్పలేదు"కొంచం కోపంగా అడిగింది.

“తాతయ్య చెప్పవద్దని అన్నాడు"అంది ప్రియ.

జాహ్నవి ఇంకేం మాట్లాడలేదు.

సమస్య తేలికగా పరిష్కారం కావటంతో జాహ్నవితో పాటు ప్రియ కూడా రిలీఫ్ అయ్యారు. రమణ మాత్రం కాంప్రమైజ్ కాలేదు. కొంచం అనీజిగా ఫీలయ్యాడు. కారణం అతనికి ఖచ్చితంగా తెలియదు. కాని ఏదో ఇబ్బంది మాత్రం లోపల కలిగింది. కాని ఆ విషయం అతను బయటకు చెప్పలేదు. తల్లి కూతురిని మరింత భయపెట్టటానికి అతని మనస్సు ఒప్పుకోలేదు.

12

రోజులు గడుస్తున్నాయి. రమణ ఆ ఇంట్లో పూర్తిగా కలిసిపోయాడు. ఏ చిన్న విషయాన్ని తల్లి కూతురు దాచుకోవటం లేదు. రమణతో షేర్ చేసుకుంటున్నారు. ఒకమాటలో చెప్పాలంటే ఆ కుటుంబంలో అతను కూడా ఒక సభ్యుడై పోయాడు. ఈ మధ్యలో మదన్ మరోరెండు సార్లు జాహ్నవిని కలిశాడు. తన ప్రపోజల్ ఒప్పుకోమని అడిగాడు. కాని జాహ్నవి ఒప్పుకోలేదు. ఇంతకుముందు అతనికి ఏం జవాబు చెప్పిందో అదే అప్పుడు కూడా చెప్పింది. అయిన మదన్ తన ప్రయత్నం మాత్రం మానలేదు. పట్టువదలని విక్రమార్కుడిలా ఆమెను ట్రాప్ చెయ్యటానికి ప్రయత్నిస్తునే ఉన్నాడు.

రమణ వచ్చి రెండు నెలలు గడిచిపోయింది. ఆ రోజు శనివారం. రమణ శృతి దగ్గరకు వెళ్ళే రోజు. పెందళాడే వంట పూర్తిచేశాడు.

"నేను వెళుతున్నాను. పదిగంటలకు తిరిగి వస్తాను"అన్నాడు జాహ్నవితో.

"అలాగే జాగ్రర్తగా వెళ్ళిరండి "అంది జాహ్నవి.

"తలుపులు గడియవేసుకోండి. అసలే రోజులు బాగాలేవు"అని హెచ్చరించి బయలుదేరాడు. జాహ్నవి గుమ్మం దగ్గర నిల్చుంది.

అతను సందుచివరి వరకు వెళ్ళేంతవరకు చూస్తూ ఉండిపోయింది. తరువాత తలుపులు గడియపెట్టి లోపలికి వెళ్ళింది. క్యాజువల్ గా తన గదిలోకి వెళుతుంటే ఆమెకు పూజ గది కనిపించింది. రమణ వచ్చిన తరువాత ఆమె ఆ గదిలోకి వెళ్ళటం లేదు. దాదాపు మరిచిపోయిందనే చెప్పాలి. ఈ రోజు ఎందుకో ఒకసారి ఆ గదిలోకి వెళ్ళాలనిపించింది.

గదిలో పెద్దగా సామానులు లేవు. ఒక మాములు మంచం దాని మీద తలగడ. అలమారాలో ఒక చిన్న పాతకాలం నాటి సూటుకేసు. దానికి తాళం వేసి ఉంది. ఒక పక్కగా మేకులకు ఒక జత బట్టలు తగిలించి ఉన్నాయి. గోడ మీద ఒక క్యాలెండర్ వేలాడుతోంది. అదేమంత పెద్ద విషయం కాదు. కాని క్యాలెండర్ మీద ఇంటుమార్కు వేసి ఉంది. ఏమిటా అని దగ్గరకు వెళ్ళి చూసింది. ఈ రోజు వరకు తేదిలమీద ఎర్రరంగు పెన్సిల్ తో ఇంటు గుర్తువేసి ఉంది.

మెల్లగా కాగితాన్ని వెనక్కి తిప్పింది. అది రమణ ఆ ఇంటికి వచ్చిన నెల క్యాలెండర్. అతను ఆ ఇంటికి వచ్చిన తేది మీద అదే రంగు ఎర్రరంగు పెన్సిల్ తో గుర్తులువేసి ఉన్నాయి. వాటిని లెక్కపెట్టింది. ఆరవైరోజులు గడిచాయి. అంటే రమణ ఈ ఇంటికి వచ్చి రెండు నెలలు కావస్తోంది. ఎందుకు తేదిలమీద ఎర్రరంగు గుర్తు వేశాడు. ఏం అర్ధంకాలేదు జాహ్నవికి. కాని ఏదో ముఖ్యమైన విషయం ఉందని మాత్రం అర్ధమైంది.

ఆ గదిలో చూడవలసింది ఇంకేం కనిపించలేదు. తలుపులు దగ్గరగా వేసి బయటకు వచ్చేసింది.

సైకిల్ మీద శృతి ఇంటికి బయలుదేరాడు రమణ. చలికాలం కావటంతో తొందరగా చీకటి పడింది. విజిబిలిటి తక్కవగా ఉంది. పైగా గాలిచల్లగా వీస్తోంది. అతని వెనుక ఒక బైక్ కూడా బయలుదేరింది. దాని మీద ఇద్దరు వ్యక్తులు ఉన్నారు. చాల బలంగా మొరటుగా ఉన్నారు. రమణను అనుసరిస్తున్నారు వాళ్ళు. ఈ విషయం రమణకు తెలియదు. తెలిసే అవకాశం కూడా లేదు.

పావు గంట తరువాత సైకిల్ శృతి ఇంటి ముందు ఆగింది. సైకిల్ లోపల పెట్టి గేటు దగ్గరకు వెళ్ళాడు. గేటు దగ్గర ఉన్న సెక్యురిటి ముందు రమణకు నమస్కారం చేశాడు. తరువాత గేటు తెరిచాడు. రమణ లోపలికి వెళ్ళిన వెంటనే గేటు మూసేశాడు అతను.

ఆ ఇంటికి కొంత దూరంలో బైక్ ఆగింది. అందులోంచి ఒకడు దిగి గేటు సమీపంలోకి వెళ్ళాడు. ఆ ఇల్లు ఎవరిదా అని నేమ్ ప్లేటు చూశాడు. దాని మీద "అదిత్య ఐపియస్, యస్ పి ఆఫ్ పోలీస్ అని ఉంది. వెంటనే అతను కంగారుగా తన సహచరుడి దగ్గరకు వచ్చాడు.అతని మొహం అంతా చిరుచెమటలు అలుముకున్నాయి.

“ఏమైంది అలా ఉన్నావు "అడిగాడు రెండోవాడు.

“మనం చాల తప్పుచేస్తున్నాం అని తోస్తుంది "అన్నాడు మొదటివాడు.

“నీకు ఎందుకు ఆ అనుమానం వచ్చింది"రెండోవాడు అడిగాడు.

“ఆ ఇల్లు ఎవరిదో తెలుసా.”

“ఎవరిది అయితే ఏం. మన టార్గట్ అతను. ప్రస్తుతం అతను ఆ

ఇంట్లోకి వెళ్ళాడు. అతని వచ్చేంతవరకు ఇక్కడే కాచుకుందాం"అన్నాడు.

"ఈ ఇల్లు యస్ పి గారిది. అతను ఆ ఇంట్లోకి వెళ్ళాడంటే ఆ యస్ పి అతనికి బాగా తెలిసిఉండాలి. పైగా తరుచు ఆ వ్యక్తి ఈ ఇంటికి వస్తూండాలి. లేకపోతే సెక్యురిటి అతనికి నమస్కారం చెయ్యడు. గేటు తియ్యడు. ఎందుకైన మంచిది మనం వెళ్ళిపోతే బాగుంటుంది"అన్నాడు మొదటివాడు.

"అప్పుడే తొందరపడకు. కొంచం సేపు కాచుకుందాం. అతను బయటకు వస్తే మన పని చేద్దాం. లేదంటే ఇక్కడనుంచి వెళ్ళిపోదాం. ఇంకోరోజు చేద్దాం"అన్నాడు రెండవవాడు.

అతను చెప్పింది సబబుగానే తోచింది మొదటివాడికి.

ఇద్దరు సిగరెట్ తాగుతూ కాచుకున్నారు.

పది నిమిషాలు గడిచాయి. రమణ బయటకు రాలేదు. అసలు వచ్చే సూచనలు కూడా కనిపించటం లేదు.

అయిన వాళ్ళిద్దరు అక్కడనుంచి కదలలేదు. ఓపికగా ఉన్నారు.

అరగంట గడిచింది. రమణ జాడలేదు.

"ఈరోజు రాడనుకుంటాను. మనం వెళ్ళిపోతే మంచిది"అన్నాడు మొదటివాడు.

నిజానికి మొదటివాడు ఇంతవరకు పోలీసుల రికార్డ్స్ లోకి ఎక్కలేదు. ఇంకా కొంచంసేపు ఇక్కడే ఉంటే పోలీసులు గమనించవచ్చు. అసలే వాళ్ళు యస్ పి ఇంటి ముందు ఉన్నారు. ఒకసారి పోలీసుల దృష్టిలో పడితే ఇంతే సంగతులు. అందుకే వెళ్ళిపోవాలని

తొందరపడుతున్నాడు.

రెండోవాడికి అలా చేస్తే మంచిదనిపించింది. అందుకే సరే అన్నాడు.

ఇద్దరు బైక్ మీద కూర్చుని అక్కడనుంచి వెళ్ళిపోయారు.

అప్పుడే యస్ ఇంట్లో మేడమీద నుంచి కిటికి కర్టెన్ ను పక్కకు జరిపాడు రమణ. వాళ్ళు తన వెనుక వచ్చారని అతనికి తెలుసు. తనమీద దాడి చెయ్యటానికే వచ్చారని కూడా తెలుసు. అయిన రమణ కంగారుపడలేదు. భయపడలేదు. ఇదంతా మాములే అన్నట్టుగా ఉండిపోయాడు. ఎలాగు ఇక్కడ పదిగంటల వరకు ఉండబోతున్నాడు. అంతవరకు వాళ్ళు కాచుకోరని అతని ఉద్దేశం. ఒకవేళ కాచుకుని ఉన్నా కంగారుపడవలసిన అవసరం లేదు. అతను యస్ పి ఇంట్లో ఉన్నాడు. తోడుగా ఇద్దరు కానిస్టెబుల్స్ ను తీసుకువెళ్ళాడు. కాని ఆ అవకాశం ఆ రౌడీలు ఇవ్వలేదు. అరగంట తరువాత అక్కడనుంచి వెళ్ళిపోయారు. క్షణం పాటు కిటికి దగ్గర ఉన్నాడు రమణ. తరువాత పరదాలు మూసేశాడు.

13

క్లాసు జరుగుతోంది. టీచర్ చెప్పుతున్న పాఠాన్ని శ్రద్ధగా వింటోంది ప్రియ. అందరు టీచర్ వైపు చూస్తూ పాఠం వింటున్నారు. అప్పుడే రాహుల్ క్లాసుకు వచ్చాడు. అతన్ని చూడగానే మిగతవాళ్ళు ఆశ్చర్యంగా చూశారు. కాని ప్రియ మాత్రం భయంగా చూసింది. ఆ రోజు జరిగిన సంఘటన ఇంకా ఆమె మరిచిపోలేదు. ప్రతిక్షణం ఆ సంఘటన గుర్తుకువస్తోంది. సమయానికి తాతగారు ఉన్నారు కనుక సరిపోయింది. లేకపోతే ఏం జరిగేదో ప్రియకు తెలుసు. ఆమె జీవితం పూర్తిగా నాశనం అయ్యేది. ఆ విషయం తలుచుకుంటే ఇప్పటికి ప్రియ భయపడుతుంది.

ఆ సంఘటన తరువాత రాహుల్ స్కూల్ కు రాలేదు. పదిరోజులు రాలేదు. కాని ఒక రోజు అతని తండ్రి వచ్చాడు. కోపంతో కుతకుతలాడిపోయాడు. ఇంటికి వచ్చి పెద్ద రాద్ధాంతం చేశాడు. తప్పంతా తమదే అన్నట్టు మాట్లాడాడు. రమణ అతనికి సరిగ్గా జవాబు చెప్పటంతో వెళ్ళిపోయాడు. తన కొడుకే తప్పుచేశాడని గ్రహించాడు. దాంతో ప్రియ కూడా శాంతించింది.

"సారీ మేడం ఆలస్యమైంది"అన్నాడు రాహుల్.

“స్కూల్ కు టైంకు రావాలని తెలియదా"చిరాకుగా అడిగింది టీచర్.

“ట్రీట్ మెంట్ కోసం హాస్పటల్ కు వెళ్ళాను. అందుకే ఆలస్యమైంది. కావాలంటే డాక్టర్ సర్టిఫికేట్ చూడండి "అన్నాడు.

టీచర్ సర్టిఫికేట్ తీసుకుని చూసింది. అందులో డాక్టర్ వివరంగా రాశాడు. కింద ఒక నోట్ కూడా రాశాడు. ఈ రోజు తన హాస్పటల్ కు రాహుల్ ఇంజక్షన్ తీసుకోవటానికి వచ్చాడని రాసి సంతకం పెట్టాడు.

“ఓకే వెళ్ళి కూర్చో"అంది టీచర్.

తలవంచుకుని తన సీటులోకి వెళ్ళి కూర్చున్నాడు రాహుల్.తన వైపు చూస్తాడేమో అని ప్రియ భయపడింది. కాని అలాంటిది ఏం జరగలేదు. ఆశ్చర్యంగా రాహుల్ మొహంలో ప్రియమీద కోపం కాని ద్వేషం కాని కనిపించలేదు. మాములుగానే ఉన్నాడు. దాంతో తేలికగా నిటుర్చింది ప్రియ. క్లాసు మాములుగా జరిగింది. రాహుల్ ప్రియను పలకరించటానికి ప్రయత్నించలేదు.. ప్రయత్నించిన ఆమె మాట్లాడేది కాదు. అది వేరే విషయం.

లంచ్ అవర్ అయిన తరువాత క్లాసు జరుగుతుంది. అప్పుడే నోటీస్ పట్టుకుని అటెండర్ వచ్చాడు. దాన్ని చదివి వినిపించాడు టీచర్.

ఇంకోరెండు రోజులలో స్కూల్ సైట్ సీయింగ్ ప్రోగ్రాం ఏర్పాటు చేసింది. సిటికి దగ్గరగా యాభై కిలోమీటర్ల్ దూరంలో ఒక మంచి స్థలం ఉంది. దాని చుట్టు ఉన్న వాతావరణం చాల బాగుంటుంది. ముఖ్యంగా ఆ స్థలంలో ఎన్నో అందమైన పూలు కనిపిస్తాయి. పైగా సన్నటి సెలయేరు కూడా ఉంది. చుట్టు పక్కల ప్రకృతి కూడా ఎంతో సౌందర్యంతో విరాజిల్లుతుంది.

అన్నిటికంటే ముఖ్యమైన విషయం ఒకటి ఉంది. అక్కడ ఉండటానికి పెద్ద గెస్ట్ హవుస్ ఉంది. అది ప్రభుత్వానికి సంబంధించిన గెస్ట హవుస్. స్కూల్ మేనేజ్ మెంట్ ప్రభుత్వం దగ్గర నుంచి అనుమతి తీసుకుంది. పైగా అక్కడ సెక్యురిటి కూడా ఉంటుంది. ఆడపిల్లలు కూడా వస్తారు కనుక ఆ ప్రదేశం అయితే బాగుంటుందని ప్రిన్స్ పాల్ తీర్మానించింది. రెండు రోజులలో అక్కడికి వెళ్ళబోతున్నారు. ఎవరు రావాలనుకుంటున్నారో పేర్లు ఇవ్వాలి. దాంతో పాటు అయిదు వందల రుపాయలు కట్టాలి. అది వాళ్ళ టిఫిన్ కాఫీ భోజనానికి. ఈ నోటిస్ వినగానే ప్రియ ఎంతో ఉత్సాహపడింది. వెళ్ళాలని అనుకుంది. తప్పకుండ తల్లి పంపిస్తుంది. ఆ నమ్మకం ఆమెకు ఉంది. అందుకే తన పేరు ఇచ్చింది. రేపు వచ్చి డబ్బు కడతానని చెప్పింది. ప్రియతో పాటు చాల మంది తమ పేర్లు ఇచ్చారు. కాని రాహుల్ మాత్రం ఇవ్వలేదు. అతడు కొంచం కూడా స్పందించలేదు. భావరహితంగా కూర్చున్నాడు.

బహుశా తనకు జరిగిన అవమానం తలుచుకుని బాధపడుతుండవచ్చు అనుకుంది ప్రియ. కాని

ఆమె ఒక విషయం గ్రహించలేదు. తుపాను వచ్చేముందు వాతావరణం చాల ప్రశాంతంగా ఉంటుంది. సాయంత్రం స్కూల్ విడిచిపెట్టారు. ఆ రోజు ప్రియ ఫ్రెండ్ స్కూల్ కు రాలేదు. ఒంటరిగా బస్సు స్టాప్ కు బయులుదేరింది.. నడుస్తునే రాహుల్ వస్తున్నాడేమో అనుకుని వెనక్కి తిరిగి చూసింది. అతని జాడ లేదు. హమ్మయ్య అనుకుని ముందుకు సాగిపోయింది.

ఆమె ఇంటికి చేరుకునేసరికి తల్లి ఆఫీసునుంచి వచ్చేసింది.హాలులో కూర్చుని లాట్ టాప్ లో పనిచేస్తుంది.

“ఎప్పుడు వచ్చావు అమ్మా "అంది ప్రియ.

“పావుగంట అయింది.”

“సెలవు పెట్టావా"తల్లి పక్కన కూర్చుంటు అడిగింది.

“సెలవు లేదు పాడు లేదు. రేపు నాకు ఓటి ఉంది. కొన్ని ముఖ్యమైన ఫైల్స్ పూర్తిచెయ్యాలి. అందుకే ఈ రోజు పెందళాడే వచ్చేశాను. సరే నువ్వు వెళ్ళి కాళ్ళుచేతులు కడుక్కుని రా. “

“తాతయ్య లేరా. కనిపించటం లేదు"అంది ప్రియ.

“మార్కెట్టుకు వెళ్ళారు. వచ్చే వేళ అయింది" అంది జాహ్నవి.

“అమ్మా నాకు అయిదు వందలు కావాలి "అంది ప్రియ.

“దేనికి "తలఎత్తకుండ అడిగింది జాహ్నవి.

“ఎల్లుండి మేము సైట్ సీయింగ్ కు వెళుతున్నాం. రెండు వందలు కట్టాలి. మిగత మూడు వందలు నా పర్సనల్ ఖర్చు"అంది.

జాహ్నవి మెల్లగా తలఎత్తి.”ఎక్కడికి వెళుతున్నారు"అడిగింది.

చెప్పింది ప్రియ.

“మంచి స్థలం. బాగా ఎంజాయ్ చెయ్యవచ్చు.సరే వెళ్ళు కాని జాగ్రత్త. ఇదిగో అయిదువందలు. తాతగారికి చెప్పు వెళ్ళు. లేకపోతే కంగారుపడతారు"అంది జాహ్నవి.

తల్లి ఇచ్చిన డబ్బు తీసుకుని తన గదిలోకి వెళ్ళింది ప్రియ. అప్పుడే రమణ సామానులతో లోపలికి వచ్చాడు. తన చేతిలో ఉన్న బిల్ మిగత డబ్బులు జాహ్నవి ముందు పెట్టాడు. తరువాత సంచులు

తీసుకుని లోపలికి వెళ్ళాడు. చేతులు కాళ్ళు కడుక్కుని ఫ్రిజ్ ముందు కూర్చున్నాడు. తెచ్చిన కూరగాయలు ఒక్కొక్కటి తీసి ప్లాస్టిక్ కవరులో పెట్టాడు. తరువాత వాటిని జాగ్రర్తగా ఫ్రిజ్ లో పెట్టాడు. ఈ తతంగం అంతా పూర్తి అయ్యేసరికి పావుగంట పట్టింది.కాఫీ చేసి ఒక కప్పు జాహ్నవికి ఇచ్చాడు. ఇంకో కప్పు తీసుకుని పైకి వెళ్ళాడు. గదిలో కూర్చుని లెక్కలు చేస్తుంది ప్రియ.

“ఇదిగో కాఫీ. లెక్కలు అర్ధం అవుతున్నాయా "అడిగాడు రమణ.

“మీరు వచ్చిన తరువాత లెక్కల మీద శ్రద్ధ పెరిగింది. ఇంతకుముందు లెక్కలంటే భయంగా ఉండేది. ఆ పీరియడ్ అంటేనే విరక్తిగా ఉండేది. టీచర్ చెప్పుతుంది ఒక్క ముక్క అర్ధం అయ్యేది కాదు. కాని ఇప్పుడు అలా లేదు. మీరు చెపుతుంటే చక్కగా అర్ధం అవుతుంది. ఇంకా కఠినమైన లెక్కలు చెయ్యాలని ఇంట్రస్ట్ గా కలుగులోంది. టీచర్ చెప్పింది అర్ధంకాకపోయిన ఫర్వాలేదు. క్లాసులకు మాత్రం తప్పనిసరిగా అటెండ్అవుతున్నాను"అంది ప్రియ.

ఆమె మొహంలో ఎంతో ఆనందం కనిపిస్తుంది. కళ్ళలో రమణ పట్ల కృతజ్ఞాతభావం గోచరిస్తోంది. చాల సంతోషం వేసింది రమణకు. తన ప్రయత్నం ఫలించినందుకు ఎంతో ఆనందంగా ఉంది. ఇంతకంటే అతను మాత్రం కోరుకునేది ఏం ఉంది.

“ఇదంతా నా మీద అభిమానం తల్లి. వచ్చేశాయి కదా అని సబ్జక్టును నిర్లక్ష్యం చెయ్యకు. లెక్కలకు మిగత సబ్జక్టులకు తేడా ఉంది. లెక్కలు రోజు ప్రాక్టిస్ చెయ్యాలి. అర్ధం చేసుకోవాలి. ఒకసారి వాటిని అర్ధం చేసుకుంటే ఇంకా భయపడవలసిన పనిలేదు. పరీక్షలో ఎలాంటి లెక్క

ఇచ్చిన చెయ్యగలవు. మంచి మార్కులు తెచ్చుకోగలవు"అన్నాడు రమణ.

“ఎల్లుండి మా స్కూల్ పిల్లలంతా సైట్ సీయింగ్ కు వెళుతున్నాం "అంది ప్రియ.

“ఎక్కడికి"క్యాజువల్ గా అడిగాడు రమణ.

చెప్పింది.

“ఎంత మంది వెళుతున్నారు.”

“మా క్లాసులో ఆడపిల్లలందరం వెళుతున్నాం. మగవాళ్ళు ఎంత మంది వస్తున్నారో తెలియదు.

“రాహుల్ వస్తున్నాడా"అడిగాడు రమణ.

“రాడనుకుంటాను. పేర్లు ఇస్తున్నప్పుడు అతను తన పేరు ఇవ్వలేదు. అందుకే రాడని అనుకుంటున్నాను"అంది ప్రియ.

“అంత నమ్మకం పెట్టుకోకు. ఎవరు ఏ సమయంలో ఎలా ప్రవర్తిస్తారో చెప్పలేము. వాడు అసలే దెబ్బతిన్న పాము. ఏమైన చెయ్యవచ్చు. నువ్వు జాగ్రర్తగా ఉండు. ఒంటరిగా మాత్రం తిరగకు. ఒకటికి రెండు సార్లు బాత్రూం చెక్ చేసుకో. సెల్ ఫోన్స్ లాంటి ఉన్నాయో చూసుకో. ఏమైన అనుమానం వస్తే వెంటనే మీ టీచర్స్ కు చెప్పు అర్థమైందా"అన్నాడు రమణ.

“అలాగే అని తలూపింది ప్రియ.

ఖాళీ అయిన కాఫీ గ్లాసు తీసుకుని రమణ వెళ్ళిపోయాడు.

14

సమయం అర్ధరాత్రి దాటి పది నిమిషాలైంది. సిటి అంతా గాఢనిద్రలో మునగిఉంది. ప్రతి ఇంట్లో లైట్లు ఆరిపోయాయి. రమణకు మాత్రం నిద్రపట్టటం లేదు. కళ్ళు మూసుకుని పడుకోవాలని ప్రయత్నించాడు. కాని వీలుకాలేదు. ఏదో తెలియని భారం గుండెలను పిండేస్తోంది. ఊహించని భయం మనస్సులో గందరగోళం రేపుతుంది.

అతను తన గురించి భయపడటం లేదు. ప్రియ గురించి ఆందోళనపడుతున్నాడు..రాహుల్ ప్రియను ఏం చేస్తాడా అని మదనపడుతున్నాడు. రాహుల్ గురించి అతను వాకబు చేశాడు. చాల మొండివాడు రౌడీ అని తెలిసింది. తండ్రి కంట్రోల్ అతని మీద కొంచం కూడా లేదు. ఇంతకుముందు వాడు ఎన్నో తప్పులు చేశాడు. ఈ విషయాలు తండ్రికి తెలుసు. మందలించాడో లేదో తెలియదు. కాని రాహుల్ మాత్రం తన ప్రవర్తన మార్చుకోలేదు. ఇంకా అవే పనులు చేస్తున్నాడు.

ఇప్పుడు కూడా అలా చెయ్యడని నమ్మకం ఏమిటి. అందుకే పరోక్షంగా ప్రియను హెచ్చరించాడు. అదోక వైపు. ఇంకో వైపు కొన్ని గంటలకు ముందు జరిగిన సంఘటన. అలవాటు ప్రకారం రోజు లాగే

యస్ పి బంగళాకు బయలుదేరాడు. సైకిల్ మీద తాపీగా వెళుతున్నాడు. వెనుక ఒక బైక్ రావటం గమనించాడు. కాని పెద్దగా అనుమానం మాత్రం రాలేదు. కాని కొంచంసేపయిన తరువాత బైక్ వేగం పెరిగింది. వేగంగా డ్రైవ్ చేస్తూ అతని సైకిల్ ను డాష్ కొట్టాలని చూశాడు. ముందు కొంచం సిద్ధంగా లేడు రమణ. అందుకే అన్ బెలెన్స్ అయి నేలమీద పడిపోయాడు. ఆ వేగానికి బైక్ ముందుకు వెళ్ళింది. వాళ్ళు బైక్ దిగి అతని దగ్గరకు వేగంగా పరిగెత్తుకుంటు రాసాగారు. పరిస్థితి గ్రహించాడు. వాళ్ళు ఎవరో అతనికి తెలియదు. కాని ఎందుకు వచ్చారో మాత్రం గ్రహించాడు.

అందుకే వేగంగా రియాక్ట్ అయ్యాడు. బైక్ తీసుకుని వేగంగా యస్ పి బంగళా వైపు దూసుకుపోయాడు. ఈ పరిణామం ఆ రౌడీలు ఊహించలేదు. దాదాపు యాబై పైనే ఉంటాయి రమణకు. అతని స్థానంలో ఇంకేవరైన ఉంటే లేవటానికి బాధపడేవారు. కాని రమణ స్ప్రింగ్ లా లేచాడు. సైకిల్ ను తీసుకుని వేగంగా వెళ్ళిపోయాడు. యస్. పి బంగాళా చేరుకునేవరకు స్పీడు తగ్గించలేదు. మెయిన్ గేటు దగ్గరకు చేరుకున్న తరువాత వెనక్కి తిరిగి చూశాడు. ఆ బైక్ కొంచం దూరంలో ఆగిఉంది. ఒక్కక్షణం పాటు వాళ్ళను చూసి తరువాత లోపలికి వెళ్ళిపోయాడు. ఆ విషయం గురించి తాత్కాలికంగా మరిచిపోయాడు. శృతికి లెక్కలు చెపుతూ బిజీగా ఉండిపోయాడు.

గంట తరువాత అదే సైకిల్ మీద బయలుదేరాడు. చుట్టు చూశాడు. చుట్టుపక్కల ఎక్కడ బైక్ జాడ కనిపించలేదు. బహుశా వాళ్ళు వెళ్ళిపోయిఉంటారు అనుకున్నాడు. కాని అతని ఊహ తప్పని

కొంచం సేపయిన తరువాత తెలిసింది. అతను యస్ పి బంగళా దాటినవెంటనే ఆ బైక్ కనిపించింది. వేగంగా అతని వైపు దూసుకువస్తుంది. ఈ సారి తన సైకిల్ ను డాష్ కొట్టే అవకాశం వాళ్ళు ఇవ్వలేదు రమణ. వంకరటింకరగా సైకిల్ ను నడుపుతూ వాళ్ళను కన్ ఫ్యూజ్ చేశాడు. పైగా తన సైకిల్ కు ఉన్న డయనమో లైటు ఆర్పేశాడు. దాంతో అతన్ని గుర్తించటం బైక్ వాళ్ళకు కొంచం కష్టమైంది.

క్షేమంగా ఇల్లు చేరుకున్నాడు కాని మనస్సులో మాత్రం అలజడి తగ్గలేదు. వాళ్ళు ఎవరో అతనికి తెలుసు. రాహుల్ మనుష్యులు. బహుశా రాహుల్ తండ్రి వాళ్ళను పంపించిఉండాలి. అతనికి తప్ప ఇంకెవరకి అవకాశం లేదు.

నిజానికి వాళ్ళను చూసి రమణ భయపడటం లేదు. కేవలం అవోయిడ్ చేస్తున్నాడు అంతే. అనవసరంగా తన వల్ల తల్లి కూతురికి ఇబ్బంది కలగటం అతనికి ఇష్టం లేదు. అందుకే చేతులు ముడుచుకుని ఉన్నాడు. లేకపోతే ఎప్పుడో వాళ్ళకు తగిన బుద్ధి చెప్పేవాడు.

అప్పుడే బయట ఏదో వాహనం ఆగిన చప్పుడు వినిపించింది.

చప్పున లేచి కూర్చున్నాడు రమణ. గదిలో లైటు వెయ్యలేదు. పిల్లిలా నడుస్తూ హాలులోకి వచ్చాడు. కిటికి లోంచి బయటకు చూశాడు. ఇంటికి కొంచం దూరంలో అదే బైక్ ఆగిఉంది. దాని మీద అదే మనుష్యులు ఉన్నారు. అప్పుడే ఇద్దరు బైక్ దిగుతున్నారు. జరగబోయేది ఏమిటో రమణకు అర్ధమైంది. చాలసార్లు వాళ్ళకు అతను బయట దొరకలేదు. అందుకే ఈ రోజు ఏకంగా ఇంటికి

వచ్చేశారు.

తలతిప్పి చూశాడు. అక్కడనుంచి జాహ్నవి గది కనిపిస్తోంది. ఆమె గదిలో చిన్న జీరో వాట్ బల్బ్ వెలుగుతోంది. ఆ వెలుగులో ఆమె ప్రశాంతంగా నిద్రపోవటం అతనికి కనిపించింది. పైన ప్రియ తన గదిలో పడుకుని ఉంది. వాళ్ళిద్దరిని డిస్టర్బ్ చెయ్యటం అతనికి ఇష్టం లేదు. అందుకే ఇంట్లోంచి బయటకు వచ్చాడు. గోడ మీద ఉన్న లైటును ఆన్ చేశాడు. ఒక్కసారి ఆ ప్రాంతం వెలుగుతో నిండుకుంది.

ఆ వెలుగులో బైక్ మీద ఉన్న ఇద్దరిని చూశాడు. వాళ్ళడోఒకడు లావుగా సిద్ధిలా ఉన్నాడు. మాసిపోయిన జీన్స్ షర్ట్ వేసుకున్నాడు. బాగా దట్టంగా పెరిగిన గడ్డం. లావాటి మీసాలు. నల్లగా ఉన్నాడు. రెండో వాడు కొంచం సన్నగా ఉన్నాడు. బెర్ మూడా షాట్స్ దాని మీద టీషర్ట్ వేసుకున్నాడు. నోట్లో పాన్ నములుతున్నాడు.

బయటకు వచ్చిన రమణను ఆశ్చర్యంగా చూశారు. వాళ్ళు తలుపులు పగలకొట్టుకుని లోపలికి వెళ్ళాలని డిసైడ్ అయ్యారు. అందుకే దానికి రెడి అవుతున్నారు. కాని రమణ వాళ్ళకు ఆ సమయం ఇవ్వలేదు. తనే బయటకు వచ్చేశాడు. కాగల పని గంధర్వులే తీర్చారని వాళ్ళకు తోచింది. వాళ్ళు రెడిఅయిపోయారు.ఒకడు జేబులోంచి కత్తి తీశాడు. రెండోవాడు పెద్ద రాడ్ లాంటి ఇనుప వస్తువు తీశాడు.

ఇద్దరు నింపాదిగా నడుస్తూ రమణ వైపు వెళ్ళారు. స్డడిగా నిలబడి తయారుగా ఉన్నాడు రమణ.

సరిగ్గా వాళ్ళిద్దరు నాలుగు అడుగుల దూరంలోకి వచ్చారు. ఇంకో

రెండు అడుగులు వేస్తే రమణ వాళ్ళకు అందుతాడు. కాని ఆ అవకాశం రమణ ఇవ్వలేదు. వాళ్ళకంటే వేగంగా రియాక్ట్ అయ్యాడు.వేగంగా ముందుకు వెళ్ళాడు. కాలితో ఒకడి గుండెలమీద బలంగా తన్నాడు. అది మాములు దెబ్బకాదు. మర్మకళలో అదోక దెబ్బ. తగలవలసిన చోట ఆ దెబ్బ కొడితే మనిషి ప్యారలైజ్ అయిపోతాడు. అతని నవనాడులు కృంగిపోతాయి. మనిషి నిలబడినచోట కూలిపోతాడు.

మొదటి వాడి గురించి రమణ పట్టించుకోలేదు. అదే వేగంతో రెండోవాడిని అటాక్ చేశాడు. అరచెయ్యి అడ్డంగా పెట్టి వాడి మెడ మీద బలంగా కొట్టాడు. కీచుగా అరుస్తూ బొక్కా బోర్లా పడ్డాడు. అంతటితో ఆగలేదు రమణ. కొన్నిరోజులనుంచి వాళ్ళు మానసికంగా ఎంతో టార్చర్ చేశారు. దానికి ప్రతికారం ఈ రోజు తీర్చుకున్నాడు.

రెండునిమిషాలు ఆగకుండ వాళ్ళమీద దాడిచేశాడు. వాళ్ళకు అవకాశం ఇవ్వకుండ కొట్టాడు. ఎంత వేగంగా మొదలైందో ఆ యుద్ధం అంత వేగంగా ముగిసింది. ఇద్దరి శరీరాలు రక్తసిక్తమైయ్యాయి. ఒకడికి స్పృహ తప్పింది. ఇంకోకడు అవసాన దశలో ఉన్నట్టుగా సన్నగా మూల్గుతున్నాడు. ఆయాసంతో లోపలికి వచ్చాడు రమణ. సెల్ తీసి పోలీసులకు కాల్ చేశాడు.

వాళ్ళు వచ్చేంతవరకు బైట నిలబడ్డాడు.

కొంచం సేపయిన తరువాత పోలీస్ జీపు వచ్చి ఇంటి ముందు ఆగింది. అందులోంచి లోకల్ యస్. ఐ అతని సిబ్బంది దిగారు. వాళ్ళకు రమణ బాగా పరిచయం.

“ఏం జరిగింది సార్. వీళ్ళు ఎవరు"అడిగాడు యస్.ఐ.

"వీళ్ళు ఎవరో ఎవరు పంపించారో నాకు తెలియదు. కాని పచ్చి రౌడీలు"అని అంతా వివరంగా చెప్పాడు.

"దాదాపు పదిరోజులనుంచి నన్ను బైక్ మీద అనుసరిస్తున్నారు. నా మీద దాడిచెయ్యటానికి ప్రయత్నం చేశారు. దేవుడి దయవల్ల తప్పించుకున్నాను. కాని ఈ రోజు ఏకంగాఇంటికి వచ్చారు. తలుపులు పగలకొట్టుకుని లోపలికి రావటానికి ప్రయత్నించారు. ఇక లాభం లేదనుకుని నేనే బయటకు వచ్చాను. వాళ్ళు దాడిచెయ్యకముందే నేనే వాళ్ళ మీద దాడిచేశాను"అని పూర్తిచేశాడు రమణ.

యస్ ఐ పాటు అతని సిబ్బంది కూడా ఆశ్చర్యంగా రమణ వైపు చూశారు. ఒక వృద్ధుడు వాళ్ళను ఎలా కొట్టాడా అని వాళ్ళకు ఆశ్చర్యం కలిగింది.

కొంచంసేపట్లో ఫార్మాలిటిస్ పూర్తయ్యాయి. స్టేట్ మెంట్ మీద రమణ సంతకం తీసుకున్నారు. తరువాత బైక్ ను ఆ ఇద్దరు రౌడీలను తీసుకుని వెళ్ళిపోయారు పోలీస్.

లైట్ఆఫ్ చేసి తలుపులు మూసి వెనక్కి తిరిగాడు రమణ.

ఎదురుగా నిద్రకళ్ళలో జాహ్నవి నిలబడిఉంది.

15

రమణ నిర్ఘాంతపోయాడు. జాహ్నవి పరిస్థితి కూడా అలాగే ఉంది. మొదటిసారి అతని సాహసం చూసి ఆశ్చర్యపడింది. తరువాత అభినందించింది. పరిస్థితిని చూసి తెగించాడని అనుకుంది. కాని ఈ రోజు మాత్రం అలా అనుకోలేకపోతుంది.

“ఏమైంది బాబాయ్ "అడిగింది.

“అరగంట ముందు మన ఇంటి ముందు బైక్ చప్పుడు వినిపించింది. ఎవరా అనుకుంటుకిటికిలోంచి చూశాను. ఇద్దరు రౌడీలు బైక్ మీద కనిపించారు. ఇద్దరి చేతులలో కత్తులు కటారులు ఉన్నాయి. వాళ్ళు ఆ అయుధాలతో మన ఇంటి వైపు వస్తున్నారు. వెంటనే తలుపు తీసి ఎవరని అడిగాను. వాళ్ళు జవాబు చెప్పలేదు. ఇంతలో ఒకడు కత్తితో నా మీద దాడిచేశాడు. అయిదు నిమిషాలపాటు మా ముగ్గురి మద్య చిన్నపాటి యుద్ధం జరిగింది. వాళ్ళను స్పృహతప్పించి పోలీసులకు కాల్ చేశాను. వాళ్ళు వచ్చి ఆ రౌడీలను పట్టుకుపోయారు ఇది జరిగింది" అన్నాడు రమణ.

“వాళ్ళు మన ఇంటికి మాత్రం ఎందుకు వచ్చారు"అడిగింది జాహ్నవి.

“నాకేం తెలుసు. ఈ ఇంట్లో మగవాళ్ళు ఎవరులేరని అనుకుని

ఉంటారు. అందుకే తెగించి వచ్చారు. మంచి బుద్ధి చెప్పాను. ఈ జన్మలో మన జోలికి రారు"అన్నాడు రమణ.

జాహ్నవి అతని మాటలు నమ్మిందో లేదో తెలియదు. కాని ఏం మాట్లాడలేదు.

"మీరు కూడా వెళ్ళిపడుకోండి. ఇప్పటికే ఆలస్యమైంది"అని గదిలోకి వెళ్ళిపోయింది. రమణ భారంగా నిటుర్చి తలుపులు వేసి తన గదిలోకి వెళ్ళాడు.

పోలీస్ సెల్ చీకటిగా ఉంది. పైన ఒక చిన్న బల్బ్ మాత్రం వెలుగుతోంది. సెల్ లో ఇద్దరు వ్యక్తులు నేలమీద కూర్చుని ఉన్నారు. ఇద్దరి శరీరం మీద పూర్తిగా బట్టలు లేవు. చెడ్డీలు మాత్రం ఉన్నాయి. అరగంట ముందే వాళ్ళను పోలీసులు అరెస్ట్ చేశారు. స్టేషన్ కు తీసుకువచ్చి సెల్ లో పెట్టారు. స్టేషన్ లో ఆఫీసర్ లేడు. బయటకు వెళ్ళాడు. అతని కోసం సిబ్బంది ఎదురుచూస్తున్నారు.

రమణ వాళ్ళమీద ఇచ్చిన ఫిర్యాదును సిబ్బంది తీసుకున్నారు. యఫ్ ఐ ఆర్ కూడా నమోదు చేశారు. వాళ్ళను ఇంటరాగేట్ చెయ్యటమే మిగిలింది.

"ఈ రోజు నేను ఆలస్యంగా ఇంటికి వస్తాను. ఆఫీసులో పనుంది "అంది జాహ్నవి.

"ఎన్ని గంటలకు వస్తావు "అడిగాడు రమణ.

"పదిగంటలు కావచ్చు. అందుకే భోజనానికి నా కోసం

ఎదురుచూడవద్దు. అమ్మాయి మీరు భోజనం చేసేయ్యండి. నేను తరువాత చేస్తాను "అంది జాహ్నవి.

“అయితే మరో మూడు చంపాతీలు ఎక్కువ పెట్టానా"అడిగాడు.

“వద్దు బాబాయ్. అంతగా ఆకలి వేస్తే క్యాంటిన్ లో ఏదో తింటాను. నువ్వు అనవసరంగా శ్రమ పడకు "అంది జాహ్నవి.

“ఇందులో శ్రమ ఏముంది. మీకు చెయ్యటానికే కదా నేను ఉంది.”

“నేను బయలుదేరుతాను ఇప్పటికే ఆలస్యమైంది. వస్తాను ప్రియ"అంది జాహ్నవి.

తరువాత జాహ్నవి వెళ్ళిపోయింది. రమణ సాలోచనంగా తలపంకించాడు. ఏదో ఆలోచిస్తున్నట్టు కళ్ళు మసుకున్నాడు. మనస్సులో వెళ్ళాలా వద్దా అని బేరీజు వేసుకుంటున్నాడు. తరువాత ఏదో నిర్ణయించుకున్నట్టు తలపంకించి కిచెన్ లోకి వెళ్ళాడు.

XXXX

జాహ్నవి ఆఫీసు చేరుకుంది. బ్యాగ్ టేబుల్ మీద పెట్టి కూర్చుంది. అప్పుడే ఆమె కొలిగ్ పద్మ వచ్చింది.

“ఈ రోజు నీకు ఓవర్ టైం ఉంది కదూ"అడిగింది పద్మ.

“అవును. రేపు నా కూతురు సైట్ సీయింగ్ కు వెళుతోంది. రాత్రి ఎంత సేపయిన ఫర్వాలేదు. దాని ప్రయాణానికి అవసరమైన ఏర్పట్లు చెయ్యాలి "అంది జాహ్నవి.

అప్పుడే ఆఫీసర్ వచ్చాడు. అయనను చూడగానే ఇద్దరు గప్ చిప్ అయ్యారు. దగ్గర ఉన్న ఫైలు అందుకుని స్టడిచేస్తున్నట్టుగా నటించారు.

ఆఫీసర్ ఈ విషయం గమనించాడు. చిన్నగా నవ్వుకుని తన చాంబర్స్ లోకి వెళ్ళిపోయాడు.

"ఈ మధ్య రోమియో కాని కనిపించాడా"ఉన్నట్టుండి అడిగింది పద్మ.

"లేదు. ఏమయ్యాడో అర్ధంకావటం లేదు. ఈ మధ్య నాకు కనిపించటం లేదు. కొంపదీసి సెలవుల్లో కాని ఉన్నాడా "అంది జాహ్నవి.

"నిన్ను చూడకుండ ఉండలేడు వాడు. సెలవు పెట్టి ఇంట్లో ఎలా కూర్చుంటాడు."

"ఏమిటా మాటలు "అంది చిరుకోపంతో జాహ్నవి.

"నీకు వాడు ఇష్టంలేకపోవచ్చు. కాని వాడికి మాత్రం నువ్వంటే చచ్చేంత ఇష్టం. నీకు పెళ్ళి అయిన నీ వెంటపడుతున్నాడంటే వాడి ఇష్టం ఏ రేంజిలో ఉందో అర్ధంచేసుకో"

"పిచ్చివాడు. పనిపాట లేనట్టుగా ఉంది వాడికి."మంచి అమ్మాయిని చూసి పెళ్ళిచేసుకోవచ్చుగా."

"తన కలలరాణి ఎదురుగా ఉన్నప్పుడు ఇంకో అమ్మాయి గురించి ఎందుకు ఆలోచిస్తాడు వాడు"అంది నవ్వుతూ పద్మ.

"ప్లీజ్ పద్మ. వాడి ప్రసక్తి విడిచిపెట్టు. నాకు చాల పనుంది. పైగా ఈ రోజు ఓటి కూడా చెయ్యాలి" అంది జాహ్నవి చిరాకుగా.

తరువాత ఇద్దరి ఎవరి పనిలో వాళ్ళు బిజీగా ఉండిపోయారు. గంటవరు తలఎత్తకుండ పనిచేశారు. ఒక డాక్యుమెంట్ మీద ఆఫీసర్ సంతకం కావాలి. ఆ ఫైలు తీసుకుని ఆఫీసర్ చాంబర్స్ లోకి వెళ్ళింది. ఆఫీసర్ ఎదురుగా ఒక వ్యక్తి కూర్చుని ఉన్నాడు. అతను మదన్. ఈ టైంలోఇక్కడ ఎందుకు కూర్చున్నాడో అని ఆశ్చర్యపోయింది.

“ఏం కావాలి మేడం "అడిగాడు ఆఫీసర్.

“ఈ డాక్యుమెంట్ మీ మీ సంతకం కావాలి. రేపు హెడ్ ఆఫీసుకు పంపించాలి"అంది.

ఆఫీసర్ కాగితం మీద సంతకం చేసి తిరిగి ఇచ్చేశాడు.

డాక్యుమెంట్ తీసుకుని తన సీటులోకి వచ్చి కూర్చుంది.ఎందుకో కారణం తెలియదు కాని ఆమె మూడ్ అంతా అప్ సెట్ అయింది. ముఖ్యంగా మదన్ కనిపించటం ఆమె మనస్సును కలవరపరిచింది.దానికి ప్రత్యేకమైన కారణం అంటు ఏం లేదు.

“ఏమిటే అలా ఉన్నావు "స్నేహితురాలి వైపు చూసి అడిగింది పద్మ.

“ఆఫీసర్ చాంబర్స్ లో మదన్ కనిపించాడు"అంది మెల్లగా జాహ్నవి.

“అలాగా"అంది క్యాజువల్ గా పద్మ.

“నాకు ఎందుకో భయంగా ఉంది"అంది జాహ్నవి.

“ఎందుకు భయం.?

“కారణం తెలియదు. కాని ఏదో తెలియని ఆందోళన మాత్రం కలుగుతోంది.”

“అంతా నీ భ్రమ. పిచ్చిపిచ్చిగా ఆలోచించి మనస్సు పాడుచేసుకోకు. అయిన ఏద్దైన చెయ్యదలుచుకుంటే అప్పుడే చేసేవాడు. ఇన్ని రోజులు ఆగేవాడు కాడు. బహుశా తన మనస్సు మార్చుకున్నాడను అనుకుంటాను.”

“ఏం పాడో ఏమో. ఇన్ని రోజులు హాయిగా ఉన్నాను. ఈ రోజు మళ్ళి వీడి మొహం చూడవలసివచ్చింది. ఇది ఎక్కడికి దారితీస్తుందో తెలియటం లేదు.”

“ఏదేదో ఆలోచించుకుని భయపడకు. ఆ మదన్ ఏం చెయ్యడు. ఆఫీసు టైం అయిపోతే అతను వెళ్ళిపోతాడు. ఆఫీసులో ఎందుకు ఉంటాడు"అంది పద్మ.

“అతనికి ఏదో పనిపడి ఉంటుంది. బాస్ నీకు మాత్రమే బాస్ కాదు. అతనికి కూడా బాస్. ఏదో ఆఫీసు విషయం మాట్లాడటానికి వచ్చి ఉంటాడు. దీనికి ఇంత రాద్ధాంతం ఎందుకు. రిలాక్స్ అవ్వు "అంది పద్మ.

జాహ్నవి ఏం మాట్లాడలేదు. కాని ఆమె భయం ఆందోళన మాత్రం తీరలేదు.

మద్యాహ్నం లంచ్ కు ఇద్దరు క్యాంటిన్ వెళ్ళారు. ఇద్దరు టిఫిన్ ముగించారు. కాఫీ తాగుతుంటే అప్పుడు లోపలికి వచ్చాడు మదన్.

జాహ్నవి దగ్గరికి వచ్చి"హలో అన్నాడు నవ్వుతూ.

“హలో అంది జాహ్నవి ఇష్టంలేకపోయిన.

“నా ఉత్తరాలనికి మీరు జవాబు ఇవ్వలేదు ఇంకా"అన్నాడు.

“నాకు ఇష్టం లేదని ముందే చెప్పాను. మళ్ళి ఇప్పుడు చెప్పుతున్నాను. నాకు మరో పెళ్ళిచేసుకోవటం ఇష్టం లేదు. మళ్ళిమళ్ళి ఈ ప్రస్తావన తీసుకురావద్దు"అంది సీరియస్ గా.

మదన్ పట్టించుకోలేదు. తన దోరణిలో తాను సాగిపోయాడు.

“మీకు లోపల ఇష్టం ఉంది. కాని బయటకు చెప్పటానికి సిగ్గుపడుతున్నారు. ఫర్వాలేదు నేను అర్ధం చేసుకోగలను. అందుకే ఇంకా కొన్ని రోజులు ఆగుతాను. మీ మనస్సు మారవచ్చు.”

“చచ్చిన మారను. క్షణం క్షణం నిర్ణయాలు మార్చుకునే మనిషిని

కాను. ఒకసారి ఏదైన నిర్ణయం తీసుకుంటే ఆలోచించి తీసుకుంటాను. మళ్ళి ఎట్టి పరిస్థితిలోను మార్చుకోను. దయచేసి నన్ను ఇబ్బంది పెట్టకండి. నాకు చాల బాధ్యతలు ఉన్నాయి. నా కూతురిని బాగా చదివించి ప్రయోజనకురాలిని చెయ్యాలి. ప్రేమ పెళ్ళికి నా మనస్సులో చోటు లేదు. అర్ధం చేసుకోండి"అంది స్థిరంగా జాహ్నవి.

మదన్ ఏం మాట్లాడలేదు. అదో రకంగా చూశాడు. తరువా మౌనంగా అక్కడనుంచి వెళ్ళిపోయాడు.

జాహ్నవి తేలికగా నిటుర్చింది. మదన్ ఏం గొడవ చెయ్యనందుకు సంతోషపడింది. లంచ్ అయిన తరువాత ఇద్దరు తమ సీటులోకి వచ్చి కూర్చున్నారు. దీక్షగా తన పనిలో పడిపోయింది జాహ్నవి. తలఎత్తకుండ రెండు గంటలు పనిచేసింది.

అరుగంటలైంది. స్టాఫ్ అందరు వెళ్ళిపోయారు. ఆఫీసు అంతా నిశబ్దంగా నిర్మానుష్యంగా ఉంది. చాంబర్స్ లో జాహ్నవి బాస్ మాత్రం ఉన్నాడు. ఆయన చాల బిజీగా ఉన్నాడు. బయట సెక్యురిటి గార్డ్ ఉన్నాడు. లైట్లు దేదిప్యమానంగా వెలుగుతున్నాయి. ఓవర్ టైం చెయ్యటం జాహ్నవికి ఇదే మొదటిసారి. రెండు గంటలు గడిచాయి. ఎనిమిది అయింది. అప్పుడే చాంబర్స్ తలుపులు తెరుచుకున్నాయి. అలసటతో బయటకు వచ్చాడు ఆమె బాస్.

తలవంచుకుని దీక్షగా అంకెలుచూస్తోంది జాహ్నవి. ఆమె వైపు ఎడ్మైరింగ్ గా చూసి వెళ్ళిపోయాడు. ఈ విషయం జాహ్నవి గమనించలేదు. ఇంకో అరగంట గడిచింది. అప్పుడే లైట్లు ఆరిపోయాయి. చుట్టు చీకటి ఆవరించుకుంది. పెన్ను కింద పెట్టి

తలఎత్తింది. అంతా చీకటిగా ఉంది. రెండు అడుగుల దూరంలో ఉన్న వస్తువు కూడా కనిపించటం లేదు.

"సెక్యురిటి"అని గట్టిగా పిలిచింది జాహ్నవి.

జవాబు లేదు. మరోసారి గట్టిగా పిలిచింది.అయిన అటువైపు నుంచి జవాబు లేదు. జాహ్నవి మెల్లగా లేచి బయటకు వెళ్ళటానికి ప్రయత్నించింది. అప్పుడే బలమైన ఒక చెయ్యి ఆమె భుజం మీద పడింది. ఒంటిమీద జెర్రి పాకినట్టు ఉలిక్కిపడింది జాహ్నవి.

"ఎవరది"అంది కోపంగా.

ఆ వ్యక్తి జవాబు చెప్పలేదు. సన్నగా నవ్వాడు.

"ఎవరు నువ్వు?అడిగింది జాహ్నవి.

"మదన్"గుసగుసగా అన్నాడు అతను.

కరెంటు షాక్ తగిలినట్టు నిర్ఘాంతపోయింది జాహ్నవి. క్షణం పాటు ఆమె బుర్ర పనిచెయ్యలేదు. అచేతనంగా ఉండిపోయింది. ఈ లోగా మదన్ కొంచం ముందుకు వెళ్ళాడు. ఇంకో చెయ్యి ఆమె నడం చుట్టు వేసి దగ్గరకు లాక్కున్నాడు. ఉక్కిరిబిక్కిరి అయింది జాహ్నవి. అతని ఉద్దేశం ఏమిటో అర్ధమైంది ఆమెకు. కావాలనే అతను లైట్లు ఆర్పేశాడు. సెక్యురిటిని కూడా అతనే బయటకు పంపించిఉంటాడు. ఆమె ఇలాఆలోచిస్తుంటే మదన్ ఇంకా విజృంబించాడు. తన పట్టును ఇంకా బిగించాడు. ఊపిరి ఆడక గిజగిజలాడిపోయింది జాహ్నవి. అతని పట్టునుంచి తప్పించుకోవాలని ప్రయత్నించింది. తనసర్వ శక్తులు వినిపయోగించింది. కాని ఏం లాభం లేకుండ పోయింది. అతని ఉడుంపట్టుముందు ఆమె బలం చాలలేదు.

దాంతో అతనికి ఇంకా ధైర్యం కలిగింది. మెల్లగా తన మొహాన్ని ముందుకు చాచాడు. ఇంకా కొంచం ముందుకు వస్తే అతని పెదవులు ఆమె పెదవులను తాకేవి. బలం అంతా ఉపయోగించి అతన్ని వెనక్కి నెట్టాలని ప్రయత్నించింది. కాని వీలులేదు. నిస్సహాయంగా ఉండిపోయింది. ఏదో అద్భుతం జరిగితే తప్ప తనను ఎవరు కాపాడలేరని అర్ధమైంది.

అప్పుడే ఒక బ్యాటరి లైటు వెలిగింది. వెలుగు వాళ్ళిద్దరి మొహాల మీద పడింది. తరువాత టప్ అంటు చప్పుడు అయింది. అంతే మదన్ కీచుగా అరిచాడు. జాహ్నవిని విడిచిపెట్టి దూరంగా పడ్డాడు. ఆశ్చర్యంగా కళ్ళు చికిలించుకుని చూసింది.

అప్పుడే లైట్లు వెలిగాయి.

దూరంగా మొహంచేతులలో కప్పుకుని నిలబడిఉన్నాడు మదన్. అతని ముక్కు పచ్చడైయింది. రక్తం సన్నగా కారుతోంది. ఆశ్చర్యంతో చుట్టు చూసింది. లైటుస్విచ్ దగ్గర రమణ నిలబడిఉన్నాడు. ఆశ్చర్యం ఆనందం జాహ్నవిని కలిసికట్టుగా కుదిపేశాయి. బాబాయ్ అంది సంతోషంతో.

“భయపడకు. నేను వచ్చేశానుగా. పద ఇంటికి.నువ్వు కిందికి వెళ్ళి ఆటోలో కూర్చొ. నేను వీడితో కొంచం ఆడుకుని వస్తాను "అన్నాడు రమణ.

జాహ్నవి ఆశ్చర్యంగా చూసింది.

“భయపడకు. వీడిని నేను చంపనులే. వెళ్ళు "అన్నాడు గంభీరంగా.

అక్కడనుంచి మెల్లగా వెళ్ళిపోయింది జాహ్నవి. వెళ్ళి కింద పార్క్

చేసిన ఆటోలో కూర్చుంది. ఈ లోగా రమణ మదన్ దగ్గరకు వెళ్ళాడు. అతని కాలర్ పట్టుకుని బలవంతంగా పైకి లేపాడు. కళ్ళలో కళ్ళు పెట్టి తీక్షణంగా అన్నాడు.

"ఇదే నీకు లాస్ట్ వార్నింగ్. ఇంకోసారి జాహ్నవి జోలికి వచ్చేవంటే ఊరుకోను. ముక్కలు ముక్కలుగా నరికిపారేస్తాను. గుర్తుంచుకో "అన్నాడు.

మదన్ ఏం మాట్లాడలేదు. పాలిపోయిన మొహంతో చూశాడు.

రమణ ఇంకేం మాట్లాడకుండ ఆటోలో వచ్చి కూర్చున్నాడు. బొమ్మలా కూర్చుంది జాహ్నవి. ఇంకా ఆమె ఆ షాక్ నుంచి తేరుకోలేదు.. ఆమె పరిస్థితి రమణ గమనించాడు. అందుకే పలకరించకుండ మౌనంగా ఉండిపోయాడు. అరగంట తరువాత ఆటో ఇంటి ముందు ఆగింది. టైం పదిగంటలు కావస్తోంది. హాలులో కూర్చుని ఉంది ప్రియ. టీవిలో సినిమా చూస్తోంది.

నలిగిన బట్టలతో దీనంగా వస్తున్న జాహ్నవి కనిపించింది. ఆమె వెనుక రమణ వస్తున్నాడు.

16

“ఏం జరిగింది మమ్మీ "అంది కంగారుగా ప్రియ.

జాహ్నవి ఏదో మాట్లాడబోయింది. మధ్యలో అడ్డుకున్నాడు రమణ.

“ఏం కాలేదు అమ్మ. కొంచం కళ్ళు తిరిగి పడిపోయింది. జాగ్రర్తగా తీసుకువెళ్ళి మంచం మీద పడుకోపెట్టు. నేను వేడి కాఫీ తీసుకుని వస్తాను "అని లోపలికి వెళ్ళాడు రమణ.

ప్రియ తల్లిని జాగ్రర్తగా లోపలికి తీసుకువెళ్ళింది. మంచం మీద పడుకుని కళ్ళు మూసుకుంది జాహ్నవి. జరిగిన దంతా ఇంకా ఆమె కళ్ళ ముందు కదులుతోంది. సమయానికి రమణ వచ్చాడు కనుక సరిపోయింది. లేకపోతే ఆమె జీవితం నాశనం అయ్యేది. కాని ఒక విషయం ఆమెను మనస్సును తొలుస్తుంది. కరెక్టుగా సమయానికి రమణ అక్కడికి ఎలా రాగలిగాడు. అదే ఆమెకు అర్ధంకావటం లేదు. ఆది విషయం ఇప్పుడు అంత ముఖ్యం కాకపోవచ్చు. కాని అసక్తి ఆమెను ఆ విషయం ఆలోచించేలా చేస్తోంది.

కాఫీ తీసుకువచ్చాడు రమణ. ప్రియ తల్లి పక్కన అటు తిరిగి కూర్చుంది. ఆమె రమణ ను గమనించే అ అవకాశం లేదు. అందుకే రమణ ఏం చెప్పవద్దని చేత్తోసైగా చేశాడు. అది గ్రహించిన జాహ్నవి

అలాగే అంటు కళ్ళతో జవాబు చెప్పింది.

కాఫీ కప్పు తీసుకుని వెళ్ళిపోయాడు రమణ.

“ఏం జరిగింది మమ్మీ. ఒంట్లో బాగాలేదా"అడిగింది ప్రియ.

“నాకేం నేను బాగానే ఉన్నాను. కొంచం కళ్ళు తిరిగాయి అంతే "అంది జాహ్నవి.

“కాని నాకు అలా కనిపించటం లేదు.”అంది ప్రియ..

“కళ్ళు తిరగటం పెద్ద ఆశ్చర్యం ఏం ఉంది. అప్పుడప్పుడు ఎవరికైన ఇలా జరుగుతుంది. అనవసరంగా నువ్వు కంగారుపడి తాతయ్యను కంగారుపెట్టకు"అంది కూతురు చెయ్యిపట్టుకుంటు.

“పోని రేపు నేను సైటి సీయింగ్ ట్రిప్ మానెయ్యానా"అంది ప్రియ.

“ఇంట్లో ఉండి ఏం చేస్తావు. నువ్వు హాయిగా వెళ్ళి ఎంజాయ్ చెయ్యి. నన్ను చూసుకోవటానికి తాతయ్య ఉన్నారుగా ఏం భయంలేదు "అంది జాహ్నవి.

ఇష్టం లేకపోయిన సరే అంది ప్రియ.

అయిదు నిమిషాలపాటు తల్లి దగ్గర కూర్చుంది. తరువాత తన గదిలోకి వెళ్ళిపోయింది.

రమణ లోపలికి వచ్చాడు. అతని చేతిలో భోజనం ప్లేటు ఉంది.

“ఎందుకు బాబాయ్ నీకు శ్రమ. నేనే డైనింగ్ టేబుల్ దగ్గరకు వస్తాను కదా. నువ్వు భోజనం తీసుకురావటం ఎందుకు"అని నొచ్చుకుంది.

“ఫర్వాలేదులా అమ్మా. ఇందులో శ్రమ ఏముంది. ముందు భోజనం చెయ్యి. తరువాత హాయిగా విశ్రాంతి తీసుకో. రేపు ఆఫీసుకు వెళతావా "అడిగాడు రమణ.

"వెళ్తాను. వాడి మీద బాస్ కు కంప్లయింట్ చెయ్యాలి. అప్పుడే వాడి తిక్కకుదురుతుంది"అంది కోపంగా జాహ్నవి.

"మంచి నిర్ణయం తీసుకున్నావు. ఇలాంటి వాళ్ళను ఊరికే విడిచిపెట్టకూడదు."

"రేపు వెళ్ళి అతని మీద కంప్లయింట్ ఇస్తాను. బాస్ అతని మీద ఏం చర్య తీసుకుంటాడో తెలుసుకుంటాను."

"నన్ను తోడు రమ్మంటావా"అడిగాడు రమణ.

"అవసరం లేదు. నేను వెళ్ళగలను. అనవసరంగా ఇప్పటికే మీకు చాల శ్రమ ఇచ్చాను"అంది అపా అపాలజటిక్ గా జహ్నవి.

"ఇందులో శ్రమ ఏం లేదు. నువ్వు అమ్మాయి క్షేమంగా ఉండాలనే నా కోరిక."

"అవసరం లేదు బాబాయ్. నేను వెళ్ళగలను. ఈ రోజు ఏదో జరిగిందని ప్రతిరోజు భయపడవలసిన పని లేదు. పగలే కనుక నాకేం భయం లేదు. పైగా రేపు ప్రియ సైట్ సీయింగ్ కు వెళుతుంది. నేనే దాన్ని స్కూల్ దగ్గర డ్రాప్ చెయ్యాలి"అంది జాహ్నవి.

"సరే అమ్మా అలాగే వెళ్ళు. కాని జాగ్రత్త. వాడు దెబ్బ తిన్న పాము. ఏ సమయంలో ఎలా ప్రవర్తిస్తాడో తెలియదు."అన్నాడు రమణ.

భోజనం అయిన తరువాత జాహ్నవి ప్రియ గదిలో కూర్చున్నారు. రేపు ప్రియకు కావల్సిన సామానులు సర్దుతోంది జాహ్నవి. పైకి మాత్రం ప్రియ మాములుగా ఉంది. కాని లోపల మాత్రం తల్లి గురించి ఆలోచిస్తోంది. తల్లికి ఏదో జరగిందని ఆమెకు తోస్తుంది. కాని అదేమిటో ఆమె ఊహకు అందటం లేదు. తాతయ్యను అడగాలనుకుంది. కాని

ఆయన చెప్పడు. ఒకవేళ చెప్పాలనుకున్నా తల్లి చెప్పనివ్వదు.

“అమ్మా నిన్ను ఒకటి అడగనా"అంది కొంచం భయంగా.

“అడుగు"అంది నవ్వుతూ జాహ్నవి.

“సాయంత్రం నువ్వు ఇంటికి వచ్చినప్పుడు అదో రకంగా ఉన్నావు ఎందుకమ్మా.”

“ఎలా ఉన్నాను"అంది జాహ్నవి.

“బట్టలు నలిగిపోయాయి. మొహం అంతా జిడ్డుగా మారిపోయింది. పైగా తాతయ్య నువ్వు ఆటోలో వచ్చారు. నీ స్కూటి ని తీసుకురాలేదు.”

“ఆఫీసులో కళ్ళు తిరిగి పడిపోయాను. సమయానికి ఆఫీసులో ఎవరు లేరు. అందరు ఇంటికి వెళ్ళిపోయారు. అప్పుడే నాకోసం మీ తాతయ్య వచ్చారు. నన్ను ఆ పరిస్థితిలో చూసి నా మీద మొహం చల్లి సేదతీర్చారు. తరువాత విషయం తెలుసుకుని ఆటోలో తీసుకువచ్చారు అంతే "

“నిజంగా అలా జరిగిందా లేకపోతే నీకు ఒంట్లో బాగాలేదా. బాగాలేకపోతే చెప్పు నేను నా ప్రోగ్రాం క్యాన్సిల్ చేసుకుంటాను.”

“అవసరం లేదమ్మా. నాకేం కాలేదు. నువ్వు జాలిగా వెళ్ళు. నా గురించి బెంగపెట్టుకోకు. ఒక వేళ ఏదైన జరిగితే మీ తాతయ్యా ఉన్నాడు కదా చూసుకోవటానికి భయం ఎందుకు"అని సర్దిచెప్పింది.

నమ్మిందో లేదో తెలియదు కాని ప్రియ ఏం మాట్లాడలేదు.

17

సెల్ తలుపులు తెరుచుకుని లోపలికి వచ్చాడు యస్. ఐ. అతని మొహం అస్తమిస్తున్న సూర్యుడిలా ఎర్రగా ఉంది. రమణ రిపోర్ట్ తో అతను ఆ రౌడీల గురించి వాకబు చేశాడు. వాళ్ళిద్దరు ప్రొఫెషనల్ క్రిమినల్స్. డబ్బు కోసం ఎలాంటి పని అయిన చేస్తారు. మంచి ఫీజు దొరికితే హత్యలు కూడా చేస్తారు.కాని ఆశ్చర్యం ఏమిటంటే ఇంతవరకు వాళ్ళ మీద ఒక్క కేసు కూడా లేదు. ఎవరు కూడా కంప్లయింట్ చెయ్యలేదు. అందుకే పోలీసు రికార్డ్స్ లో వాళ్ళ గురించి లేదు.

యస్ ఐ ని చూసి ఇద్దరు భయంగా లేచి నిలబడ్డారు.

“మీ పేరు"ఒకడిని అడిగాడు యస్. ఐ.

“రసూల్.”

“నా పేరు కాళి"అన్నాడు ఇంకోకడు.

“మీరు ఆ రాత్రి ఆ ఇంటికి ఎందుకు వెళ్ళారు.”

“దొంగతనం చెయ్యటానికి వెళ్ళాము సార్"అన్నాడు రసూల్.

“ఆ ఏరియాలో చాల పెద్ద పెద్ద ఇళ్ళు ఉన్నాయి. వాటిని విడిచిపెట్టి ఆ ఇంటికి మాత్రం ఎందుకు వెళ్ళరు.”

"ఆ ఇంట్లో వయస్సులో ఉన్న మగవాడు ఒక్కడు కూడా లేడు"అన్నాడు రసూల్. ఒక పెద్దాయన మాత్రం ఉన్నాడు. ఒకవేళ ఆయన మమ్మల్ని ఎదురుకుంటే తేలికగా లొంగదీసుకోగలం. లేకపోతే కత్తి చూపి నివారించగలం. అదే వయస్సులో ఉన్న మగవాళ్ళు ఉంటే కొంచం కష్టం అవుతుంది. వాళ్ళను లొంగదీసుకోవటానికి చాల కష్టపడాల్సివస్తుంది. అందుకే మేము ఆ ఇంటిని ఎన్నుకున్నాం."

"తరువాత ఏం జరిగింది."

"రాత్రి ఇంటికి చేరుకున్నాం. కాని ఆ పెద్దమనిషికి మా గురించి ఎలా తెలిసిందో తెలియదు. అయను తలుపులు తెరుచుకుని బయటకు వచ్చాడు. మేము ఆయన మీద దాడిచెయ్యకముందే ఆయన మా మీద దాడిచేశాడు. నిమిషంలో మా ఇద్దరిని పడగొట్టాడు. ఇష్టంవచ్చినట్టు కొట్టాడు. ఆ దెబ్బలను తట్టుకోలేకపోయాం. ఒక ముసలాడు అంత బలంగా ఉంటాడని మేము ఊహించలేదు "అన్నాడు కాళి.

"అబద్ధం మీరు దొంగతనానికి వెళ్ళలేదు"అన్నాడు యస్. ఐ. ఆ మనిషిని చంపటానికి వెళ్ళారు అవునా".

"లేదు అబద్ధం"అన్నారు కోరస్ గా ఇద్దరు.

ఫట్ మంటు రసూల్ ను కొట్టాడు యస్.ఐ.

అతని మొహం ఎర్రగా కందిపోయింది. ముక్కు దూలం అదిరిపోయింది.

"మీ గురించి నాకు అంతా తెలుసు. డబ్బు కోసం ఏమైన చేసే నేరస్థులు మీరు. మీరు ఆ ఇంటికి దొంగతనానికి రాలేదు. రమణ గారిని చంపటానికి వచ్చారు. సుపారి ఎవరు ఇచ్చారు మీకు. మర్యాదగా

చెప్తారా నా ట్రీట్ మెంట్ మొదలపెట్టమంటారా"అడిగాడు తీక్షణంగా యస్. ఐ.

“మేము నిజమే చెప్పుతున్నాం సార్. ఆ ఇంటికి దొంగతనానికి మాత్రమే వెళ్ళాం"అన్నాడు బింకంగారసూల్.

ఫెడి మంటు అతని చెంప మీద కొట్టాడు ఇన్స్ పెక్టర్.

రసుల్ కళ్ళు పచ్చబడ్డాయి. శరీరం తూలి వెనక్కిపిడంది. చెంప ఎర్రగా కందిపోయింది.

బాధలో చెంపను తడుముకుంటు చూశాడు.

!ఇంకోసారి అబద్ధం చెపితే నీ తాట తీస్తాను. నీలాంటి వాడినోట్లోంచి నిజం చెప్పించటం గొప్పకాదు. అది పెద్ద పని కాదు. అన్నివిషయాలతో పాటు దీంట్లో కూడా ట్రయినింగ్ ఇచ్చారు! అన్నాడు ఇన్స్ పెక్టర్.

!ఇంక కొట్టకండి సార్. నిజమే చెప్తాను!అన్నాడు రసుల్.

!చెప్పు. ఎవరు పంపించారు మిమ్మల్ని. సుపారి ఎంత ఇచ్చారు?

!కాళేశ్వరరావు గారు!మెల్లగా అన్నాడు రసుల్.

!కాళేశ్వరరావు ఎవరు?

!ఆయన ఒక పెద్ద వ్యాపారస్థుడు. సిటిలో డబ్బున్నవాళ్ళలో ఒకడు. అతనే రమణగారిని చంపమని డబ్బు ఇచ్చాడు.!

!ఎంత ఇచ్చాడు?

!పది లక్షలకు మాట్లాడుకున్నాం. ముందు ఒక లక్షఅడ్వాన్స్ ఇచ్చాడు. మిగతాది పని పూర్తయిన తరువాత ఇస్తానని చెప్పాడు.!

!రమణకు ఆయనకు ఇంతముందు పరిచయం ఉందా.!

!మాకు తెలియదు!

!అలాంటప్పుడు అతన్ని చంపమని ఎందుకు డబ్బు ఇచ్చాడు. ఇద్దరికి ఇంతకుముందు పరిచయం లేదు. అలాంటప్పుడు అతన్ని చంపవలసిన అవసరం కాళేశ్వరరావుకు ఎందుకు వచ్చింది. చంపటానికి ఒక కారణం అంటు ఉండాలికదా. ఊరికే ఎవరు ఎవరిని చంపరు. ఒక సైకో అయితే తప్ప!అన్నాడు ఇన్స్ పెక్టర్.

!రమణగారి మనుమరాలు కాళేశ్వరరావు గారి అబ్బాయి రాహుల్ ఒకే క్లాసులో చదువుతున్నారు. ఇద్దరి ఏదో గొడవైంది. ఆ గొడవకు కారణం నాకు తెలియదు. సార్ చెప్పలేదు. ఇంతవరకు మాత్రమే తెలుసు! అన్నాడు.

ఇన్సపెక్టర్ ఇంకేం అడగలేదు. అడగటానికి ఇంకేం లేదు. రసుల్ దగ్గర వాడి సహచరుడి దగ్గర స్టేట్ మెంట్ తీసుకున్నాడు ఇన్స్ పెక్టర్. వాళ్ళను రిమాండ్ లో ఉంచటానికి అవసరమైన ఫార్మాలిటిస్ పూర్తిచేశాడు.

18

!సార్ నేను ఇన్స్ పెక్టర్ ను మాట్లాడుతున్నాను!అన్నాడు ఇన్స్ పెక్టర్.

!చెప్పండి ఆఫీసర్. ఏమిటి విషయం. ఇలా కాల్ చేశారు!అడిగాడు రమణ.

!మీ మీద దాడిచేసిన వాళ్ళను ఇంటరాగేట్ చేశాను!

!ఏం చెప్పారు!ఆత్రంగా అడిగాడు రమణ.

!వాళ్ళకు డబ్బ ఇచ్చి మీ మీద దాడిచెయ్యమని కాళేశ్వరరావు గారు పంపించారు. ఆయన కొడుకు మీ మనుమరాలు క్లాస్ మెట్స్. మీ మనుమరాలికి ఆ అబ్బాయికి ఏదో గొడవ జరిగింది. అదేమిటో వాళ్ళు నాకు చెప్పలేదు. కాని కాళేశ్వరరావు గారు ఆ విషయాన్ని చాల సీరియస్ గా తీసుకున్నారు. మీ అంతు చూడలనుకున్నారు. అందుకే డబ్బు ఇచ్చి ఆ ఇద్దరు రౌడీలను పంపించాడు. నిజానికి వాళ్ళు మీ మీద దాడిచెయ్యటానికి రాలేదు. ఏకంగా చంపటానికి వచ్చారు. ఇది కేసు. ఏం చెయ్యమంటారు. యస్ పి గారికి చెప్పమంటారా!అడిగాడు ఇన్స్ పెక్టర్.

!కొంపదీసి ఆ పని మాత్రం చెయ్యకండి.!

!అంటే యస్ పి గారికి చెప్పవదని అంటారా!

!అవును. ఇది యస్ పి గారికి ఎలాంటి సంబంధం లేని విషయం. ఇది నాకు కాళేశ్వరరావు కు మద్య జరుగుతున్న చిన్నపాటి యుద్ధం. ఈ సమస్యను నేను పరిష్కరించుకుంటాను. అనవసరంగా దీన్ని పెద్దది చెయ్యవద్దు. మీరు చేసిన సహాయానికి చాల ద్యాంక్స్. ఈ విషయం నేను చూసుకుంటాను. అవసరమైతే మీ సహాయం తీసుకుంటాను!అన్నాడు రమణ.

!అలాగే సార్. ఉంటాను!అని లైన్ కట్ చేశాడు ఇన్స్ పెక్టర్.

రమణ కూడా సెల్ ఆఫ్ చేసి బరువుగా నిటుర్చాడు. కాళేశ్వరరావు ఇంత పని చేస్తాడని ఊహించలేదు. ఆ రోజు ఇంటికి వచ్చినప్పుడు చాల మర్యాదగా ప్రవర్తించాడు. ముందు కొంచం దురుసుగా ప్రవర్తించిన తరువాత తన తప్పు తెలుసుకున్నాడు. సారీ కూడా చెప్పి వెళ్ళిపోయాడు. తరువాత ఏమైందో తెలియదు. ఎందుకు మనస్సు మార్చుకున్నాడో తెలియని. రమణను బద్ధ శత్రువుగా భావిస్తున్నాడు. లేకపోతే ఇద్దరు కిరాయి గూండాలను పంపించడు. ఈ క్షణం నుంచి జాగ్రర్తగా ఉండాలి. ముఖ్యంగా కాళేశ్వరావు మీద ఒక కన్ను వేసి ఉంచాలి.

స్కూల్ బస్సు వేగంగా వెళుతోంది. మొత్తం నలభైమంది బస్సులో ఉన్నారు. అందరు కేరింతలు కొడుతూ సంతోషంగా ఉన్నారు. ప్రియ కిటికి పక్కన కూర్చుంది. పక్కన ఆమె స్నేహితురాలు లిల ఉంది. ఇద్దరు కబుర్లు చెప్పుకుంటున్నారు. అప్పుడే వెనుకనుంచి ప్రియ అని

వినిపించింది. పిలిచింది ఎవరా అనుకుని తలతిప్పిచూసింది. లాస్ట్ సీటులో రాహుల్ కనిపించాడు. నవ్వుతూ చేతులు ఊపాడు.

బిత్తరపోయింది ప్రియ. లిస్ట్ లోఅతని పేరు లేదు. కాని ఇప్పుడు ఎలా వస్తున్నాడు. ఆమెకుఏం అర్ధంకాలేదు. అతను రావటం లేదని తెలిసి చాల రిలాక్స్ అయింది. హాయిగా స్నేహితులతో ఎంజాయ్ చెయ్యవచ్చని అనుకుంది. కాని ఆ సంతోషం ఎంతోసేపు నిలబడలేదు.

!ఏం జరిగింది అలా ఉన్నావు !అడిగింది లీల.

!మనతో రాహుల్ వస్తున్నాడు!అంది ప్రియ.

!రానివ్వు. ఇందులో ఆశ్చర్యం ఏముంది?

!ఫైనల్ లిస్ట్ లో అతని పేరు లేదు. నేను చూశాను. కాని!అని ఆగిపోయింది ప్రియ.

!చివరి టైంలో రావాలనుకునిఉండవచ్చుగా!అంది లీల.

ప్రియ ఏం మాట్లాడలేదు. మౌనంగా ఉండిపోయింది. కాని ఆమె మనస్సులో మాత్రం ఆందోళన తగ్గలేదు. రాహుల్ ఏం చేస్తాడో అని భయంగా ఉంది ఆమెకు.

ఆ తరువాత ప్రయాణం బాగా ఎంజాయ్ చెయ్యలేకపోయింది ప్రియ. ప్రతిక్షణం భయంతో అల్లాడిపోయింది. స్నేహితురాలి ప్రవర్తన లీలాకు ఏం అర్ధంకాలేదు. రాహుల్ చేసిన పని ఆమెకు తెలియదు. అది ఎంత పెద్ద గొడవకు దారితీసిందో అసలు తెలియదు. అందుకే ప్రియ ప్రవర్తన అర్ధంచేసుకోలేకపోతుంది.

తన స్కూటిని ఆఫీసు ప్రెమిసస్ లో పార్క్ చేసి లోపలికి వెళ్ళింది జాహ్నవి. అప్పటికే ఆమె కొలీగ్ పద్మ వచ్చేసింది. తన సీటులోకూర్చుని సీరియస్ గా అకౌంట్స్ కు సంబంధించిన ఫైలు చూస్తుంది.

!ఏమిటి అంత సీరియస్ గా స్టడి చేస్తున్నావు!అడిగింది జాహ్నవి.

!పార్టీ అకౌంట్స్ చెక్ చేస్తున్నాను. పాండా అండ్ కంపెని అకౌంట్ టాలీ కావటం లేదు. క్రాస్ చెక్ చేస్తున్నాను!అంది పద్మ.

!బాస్ వచ్చారా!అడిగింది జాహ్నవి.

!వచ్చి చాల సేపయింది. నీకోసం కబురు పెట్టాడు.!

!నా కోసమా ఎందుకు?ఆశ్చర్యంగా అడిగింది జాహ్నవి.

!ఏమో నాకేం తెలుసు. నువ్వు వచ్చావా అని అడిగాడు. లేదు వస్తుందని చెప్పాను. ఏం మాట్లాడకుండ వెళ్ళిపోయాడు.!అంది పద్మ ఫైలు నుంచి తల ఎత్తకుండ.

డ్రాయర్ లో తన బ్యాగ్ పెట్టి లేచి నిల్చుంది జాహ్నవి. అప్పుటే స్టాఫ్ అంతా వచ్చేశారు. అందరు దీక్షగా కంప్యుటర్ వైపు చూస్తూ పనిచేసుకుంటున్నారు. అది అకౌంట్స్ డిపార్ట్ మెంట్. దానికి హెడ్డు జాహ్నవి. ఆమెకు ఇమ్మీడియట్ బాస్. ఫైనాన్స్ మేనేజర్. అతనికే ఆమె రిపోర్ట్ చెయ్యాలి.

!నేను బాస్ దగ్గరకు వెళుతున్నాను!అని చెప్పి బాస్ చాంబర్స్ వైపు నడిచింది జాహ్నవి.

విశాలమైన మహఘని టేబుల్ వెనుక కూర్చుని ఉన్నాడు అ కంపెని యం.డి. అయనకు దాదాపు ముప్పైసంవత్సరాలు ఉండవచ్చు. అంత

చిన్న వయస్సులో ఇంత పెద్ద కంపెనికి యం.డి కావటం మాములు విషయం కాదు. దానికి ఎంతో తెలివితేటలు అర్హతలు ముఖ్యంగా అడ్మినిస్ట్రేటివ్ కెపాసిటి ఉండాలి. ఆ లక్షణాలన్ని బహుశా పుష్కలంగా అతనికి ఉన్నట్టుగా ఉన్నాయి. అందుకే చాల చిన్న వయస్సులోనే యం.డి పదవికి ఎదిగాడు. అతని పేరు విశాల్. ఇంకా పెళ్ళి కాలేదని మాత్రం తెలుసు.

జాహ్నవి లోపలికి వెళ్ళి ఆయనకు నమస్కారం చేసింది.

!కూర్చోండి!అన్నాడు మర్యదగా.

ఫూల్ సూటు వేసుకుని ట్రిమ్ గా ఉన్నాడు విశాల్. విశాలమైన చాతి. కండలు తిరిగిన చేతులు. సాఫీగా వెనక్కి దువ్విన జుట్టు. సన్నగా ట్రిమ్ చేసిన మీసాలు. చప్పున చూస్తే హాలివుడ్ నటుడు ఓమర్ షెరిఫ్ ను గుర్తుకుతెస్తాడు.

!చెప్పండి!అంది జాహ్నవి.

అతను జవాబు చెప్పలేదు. సందిగ్ధంగా చూశాడు.

అతను ఏమైన మాట్లాడతాడని జాహ్నవి ఎదురుచూసింది. కాని అతను ఏం మాట్లాడలేదు.

!సార్!అంటు కొంచం గట్టిగా పిలిచింది.

అతను ట్రాన్స్ లోంచి బయటపడుతున్నట్టు ఉలిక్కిపడి ఆమె వైపు చూశాడు.

!సారీ ఏదో ఆలోచిస్తూ మౌనంగా ఉండిపోయాను. ఏం అనుకోకండి!అన్నాడు అపాలజటిక్ గా.

అంత పెద్ద హోదాలో ఉన్న వ్యక్తి ఆ మాట అనేసరికి కొంచం

ఇబ్బందిగా ఫీలయింది జాహ్నవి. నవ్వి !ఫర్వాలేదు చెప్పండి!అంది.
!ఈ ప్రసక్తి ఎలా మొదలుపెట్టాలో నాకు తోచటం లేదు!అన్నాడు.
జాహ్నవి ఆశ్చర్యంగా చూసింది.
ఈ రోజు విశాల్ ప్రవర్తన కొంచం విచిత్రంగా తోస్తుంది ఆమెకు.
!మీరేం చెప్పదలుచుకున్నారో చెప్పండి!అంది ప్రోత్సహిస్తున్నట్టుగా జాహ్నవి.
అతను బరువుగా నిటుర్చు!ఇది ఆఫీసు వ్యవహారం కాదు. నా వ్యక్తిగత విషయం. ఇంతవరకు ఎవరికి ఈ విషయం చెప్పలేదు. కాని మీతో చెప్పి షేర్ చేసుకోవాలనిపించింది. అందుకే పిలిచాను.!
!పర్సనల్ విషయమా!విస్తూబోతూ చూసింది జాహ్నవి.
!అవును ఈ విషయం మీతో చెప్పాటం మంచిదో కాదో నాకు తెలియదు. కాని మీతో మాత్రం పంచుకోవాలనిపించింది. దయచేసి ఓపికగా అంతా వినండి. తరువాత మీ సలహ చెప్పండి!అన్నాడు.
!అలాగే చెప్పండి!అంది.
!ఈ ఆఫీసులో చార్జ్ తీసుకున్నప్పుడు నేను ఒక అమ్మాయిని చూశాను. వెంటనే నాలో అదో రకమైన స్పందన కలిగింది. అది ప్రేమ అంటారో ఆకర్షణ అంటారో నాకు తెలియదు. తరువాత క్రమంగా ఆమెను దగ్గరఉండి పరిశీలించాను. చాల మంచి అమ్మాయి అని తెలిసింది. ముఖ్యంగా ఆమె వ్యక్తిత్వం నాకు నచ్చింది. తన పని చేసుకుపోతుంది. అనవసరంగా ఏ విషయంలోను జోక్యం చేసుకోదు. రోజులు గడుస్తున్న కొద్ది ఆమె మీద ఇష్టం ఎక్కువైంది. నా మీద ఆమెకు ఎలాంటి దృష్టి అభిప్రాయం ఉందో నాకు తెలియదు.

తెలుసుకోవటానికి ప్రయత్నించలేదు. కారణం సిగ్గు ఏమైన అనుకుంటుందని భయం బెరుకు. అందుకే ఇన్ని రోజులైన నా మనస్సులో మాట చెప్పలేకపోయాను. ఎలాగైన ధైర్యం చేసి రోజు చెప్పాలనుకునేవాడిని. రోజు రాత్రిఅద్దం ముందు ఎలా చెప్పాలో ప్రాక్టిస్ చేసేవాడిని.దాంతో నాకు ధైర్యం ఆత్మవిశ్వాసం కలిగాయి. కాని తీరా ఆమె ఎదురుపడేసరికి నా ధైర్యం సన్నగిల్లిపోయేది. దాంతో నా నోరు మూగబోయేది. గొంతుకు ఏదో అడ్డంపడినట్టు మాటలు పెగిలిరాలేకపోయేవి.!

!ఈ పరిస్థిని నేను సార్లు అనుభవించాను. ప్రతి రోజు రాత్రి ప్రాక్టిస్ చెయ్యటం ఫెయిల్ కావటం అలవాటుగా మారిపోయింది. అయిన ఇంతవరకు నా మనస్సులో మాట ఆమెకు చెప్పలేకపోయాను. చాల రోజులు నరకయాతన అనుభవించాను. అన్నం సహించేది కాదు. నిద్రపట్టేది కాదు. ఇరవైనాలుగు గంటలు ఆమె గురించిన ఆలోచనలతో సతమతమయ్యేవాడిని. ఈ బాధ నరకం ఎన్నో రోజులు భరించలేకపోయాను. దీనికి ఏదో పరిష్కారం చెయ్యాలని నిర్ణయించుకున్నాను. అందుకే ఈ విషయాన్ని ముందు ఎవరితో అయిన షేర్ చేసుకోవాలని నిర్ణయించుకున్నాను. కాని నాకు ఆత్మీయులు అంటు ఎవరు లేరు. నేను ఎక్కువగా ఎవరితోను స్నేహం చెయ్యను. అంత కలివిడిగా ఉండను. అందుకే సాధారణంగా పార్టిలకు సోషల్ గాదరింగ్స్ కు వెళ్ళను. ఇది కూడా నా బలహీనతకు సిగ్గుకు కారణం అనుకుంటాను. నా సమస్య ఎవరికి చెప్పాలో అని తెగఆలోచించాను. అప్పుడు మీరు గుర్తుకువచ్చారు.

మీరంటే నాకు చాల గౌరవం. మీరు అయితే నా సమస్యకు చక్కటి పరిష్కారం చెప్తారని తోచింది. ఇది విషయం. నాకు సహాయం చెయ్యగలరా మేడం!అని పూర్తిచేశాడు విశాల్.

విస్తుబోయి చూసింది జాహ్నవి. ఏదో అనుకుని భయపడింది. కాని తీరా చాల చిన్న విషయం. అతను ఎవరో అమ్మాయిని ప్రేమించాడు. కాని ఆ విషయం ఆమెతో చెప్పలేకపోతున్నాడు. అది సమస్య.

ఒక్క నిమిషం పాటు జాహ్నవి ఏం మాట్లాడలేదు. ఇది అతని పూర్తిగా వ్యక్తిగత విషయం. ఇందులో తను జోక్యం చేసుకోవటం ఎంతవరకు సబబు అని ఆలోచించింది.

!మీరేం ఆలోచిస్తున్నారో నాకుతెలుసు!అన్నాడు విశాల్. ఫర్వాలేదు మీ సలహా ధైర్యంగా నిశ్చితంగా చెప్పండి. మీ అభిప్రాయం ఎలాంటిదైన ఫర్వాలేదు. నేను స్పోర్టివ్ గా తీసుకుంటాను!అన్నాడు.

జాహ్నవి తేలికగా నిటుర్చి!సరే మీరు అడిగారు కనుక చెప్పుతున్నాను. ముందు నా సలహా ఏమిటంటే ఆ అమ్మాయికి ఏ రంగు ఇష్టమో తెలుసుకోండి! అంది.

!తెలుసుకున్నతరువాత ఏం చెయ్యాలి!ఉత్సాహంగా అడిగాడు విశాల్.

!ఆ రంగు డ్రస్ కాని మరేదైన గిఫ్ట్ ఇవ్వండి. ఉదాహరణకు నాకు నీలం రంగు అంటే ఇష్టం. అలాగే ఆమెకు కూడా ఏదో రంగు ఇష్టపడుతుంది. అది తెలుసుకుని ఆ రంగులో డ్రస్ కాని చీర కాని ప్రెజంట్ చెయ్యండి. ఆమె సంతోషపడుతుంది. తన ఇష్టం తెలుసుకుని ప్రవర్తించినందుకు మురిసిపోతుంది. మీమీద ఇష్టం పెంచుకుంటుంది. తరువాత

విలుచూసుకుని ఇలా గిఫ్ట్ ఇస్తూ ఉండండి. దాంతో మీ మనస్సు ఆమె తెలుసుకుంటుంది. దానికి రెసిప్రోక్ చేస్తుంది!అంది జాహ్నవి.

!ఎక్స్ లెంట్. మీ సూచన చాల బాగుంది. వెంటనే చేస్తాను. ఈ సారి ఆమె పుట్టిన రోజుకు మంచి బహుమతి ఇస్తాను!అన్నాడు చిన్న పిల్లవాడిలా ఉత్సాహపడిపోతూ.

ఇబ్బందిగా చూసింది జాహ్నవి. అతను మాత్రం ఆమెను పొగడ్తలతో ముంచేత్తాడు.

!ఈ బుర్రకు ఇది తట్టనే లేదు. అందుకేఅమ్మాయిల మనస్సు అమ్మాయిలు మాత్రమే తెలుసుకోగలుగుతారు అంటారు. మీరు రుజువు చేశారు! అన్నాడు విశాల్.

ఇప్పుడు అతని మొహం దేదిప్యమానంగా వెలిగిపోతుంది. ఒక క్లిష్టమైన సమస్యకు పరిష్కారం దొరికనప్పుడు ఎవరిలో అయిన అలాంటివెలుగు కనిపిస్తుంది. దీనికి విశాల్ అతీతుడు కాడు.

19

!ఏంజరిగింది. ఇంత సేపు ఉన్నావు!అడిగింది పద్మ.

ఆమెకు కుతుహలం ఎక్కువ.

!పెద్దగా ఏం లేదు. తన వ్యక్తిగత విషయాలు చెప్పాడు!అంది జాహ్నవి.

!ఏం చెప్పాడు!అసక్తిగా అడిగింది పద్మ.

!తన ప్రేమ విషయం చెప్పాడు!

షాక్ తిన్నట్టు కొయ్యబారిపోయింది పద్మ. ఒక్క క్షణం పాటు ఆమె ఏం మాట్లాడలేదు. తరువాత తేరుకుని !ఏంచెప్పాడు!అంది మెల్లగా.

పూర్తిగా చెప్పకపోతే తనని విడిచిపెట్టదని జాహ్నవికి అర్ధమైంది. నిజానికి ఈ విషయం ఎవరికి చెప్పవద్దని విశాల్ మరిమరి చెప్పాడు. ఆమెకు చెప్పాలనిలేదు. కాని పద్మ సంగతి ఆమెకు బాగా తెలుసు. చెప్పకపోతే సతాయిస్తుంది. కోపం తెచ్చుకుంటుంది. కొన్నిరోజులు మాట్లాడదు. ఈ బాధలు పడలేదు జాహ్నవి. అందుకే చెప్పాలని నిర్ణయించుకుంది.

అంతా చెప్పింది. ఏ విషయం దాచలేదు.

ఒక భయంకరమైన విషయం విన్నట్టుగా బిత్తరపోయింది పద్మ. అతను ప్రేమలో పడితే ఆమె ఎందుకంత రియాక్ట్ అవుతుందో

అర్ధంకాలేదు జాహ్నవికి.

!ఏమిటే అలా అయిపోయావు. ఏం జరిగింది. ఒంట్లో బాగాలేదా!అడిగింది. మెల్లగా చేత్తో కదలించింది.

మెల్లగా తేరుకుంది పద్మ. జాహ్నవి వైపు సీరియస్ గా చూస్తూ !నువ్వు చెప్పింది అంతా నిజమేనా!అంది అనుమానంగా.

!ఈ విషయంలో అబద్ధం ఎందుకు చెప్తాను. అయిన ఆ అవసరం నాకు ఏముంది.!

!అతను ప్రేమలో పడ్డాడంటే ఇంకా నమ్మలేకపోతున్నాను.!

!ఇందులో ఆశ్చర్యం ఏముంది. అతను మగవాడు. చూడటానికి బాగుంటాడు. పైగా మంచి హోదాలో ఉన్నాడు. ఒక పెళ్ళి కాని అమ్మాయి కోరుకునే అన్ని హంగులు ఉన్నాయి. అతను ప్రేమిస్తే తప్పేముంది!అంది ఆశ్చర్యంగా.

!నాకు తెలియకుండ ప్రేమించాడు. అది నా బాధ!అంది పద్మ.

ఆశ్చర్యంగా చూసింది జాహ్నవి.

!నీ మాటలు నాకు అర్ధంకావటం లేదు. అతను ప్రేమలో పడితే నీకెందుకు చెప్పాలి.! అడిగింది.

!ఎందుకంటే అతన్ని నేను ఇష్టపడుతున్నాను కనుక!అంది మెల్లగా పద్మ.కాని ఆ మాటలు జాహ్నవిని మిసైల్ లా తాకాయి. ఒక సునామి అలతాకినట్టు ఆశ్చర్యంగా చూసింది జాహ్నవి.

రెండు గంటలు ప్రయాణం చేసిన తరువాత బస్సు గమ్యస్థానం చేరుకుంది. ప్రభుత్వ గెస్ట్ హవుస్ ముందు ఆగింది. పేరుకు గెస్ట్

హావుస్ కాని చాల పెద్దగా ఉంది. పది గదులు ఉన్నాయి. ప్రతి గదిలో అన్ని వసతులు ఉన్నాయి. గదులు చాల విశాలంగా వెడల్పుగా ఉన్నాయి. ఒక్కొక్క గదిలో మూడు మంచాలు ఉన్నాయి. విశాలమైన కారిడార్ కు రెండు వైపుల చేరో అయిదు గదులు ఉన్నాయి. ఎడంవైపు అమ్మాయిలకు కేటాయించారు. కుడివైపు అబ్బాయిలకు కేటాయించారు.

అందరు తమ గదులలో సెటిల్ అయ్యారు. స్నానం చేసి రిఫ్రెష్ అయ్యారు. అందరు మెయిన్ హాలుకు చేరుకున్నారు. అప్పటికే టీచర్స్ అందరు రెడిఅయి సిద్ధంగా ఉన్నారు. అందరు బస్సులో ఎక్కారు. బస్సు బయలుదేరుబోతుంటే రాహుల్ ఆపమని సైగ చేశాడు.

!ఏమైంది!అడిగింది ఒక టీచర్.

!ఒక నిమిషం మేడం. నా మెడిసెన్స్ తెచ్చుకోవటం మరిచిపోయాను. ప్రతి నాలుగు గంటలకు క్యాప్సుల్స్ వేసుకోవాలి. మీరు పర్మిషన్ ఇస్తే గదిలోకి వెళ్ళి తెచ్చుకుంటాను!అన్నాడు రాహుల్.

!సరే వెళ్ళి తొందరగా రా!అంది టీచర్.

గబగబ తన గదివైపు వెళ్ళాడురాహుల్. రెండు నిమిషాల తరువాత వచ్చాడు. అతని చేతిలో మెడిసన్ డబ్బు కనిపించింది. టీచర్ కు చూపించి తన సీటులోకి వెళ్ళి కూర్చున్నాడు. బస్సు బయలుదేరింది. ముందు హోటల్ ముందు ఆగింది బస్సు. అక్కడ అందరు టిఫిన్ కాపీ చేశారు. తరువాత సైట్ సీయింగ్ కు బయలుదేరారు.

నాలుగు రోజులు గడిచాయి. ఆ రోజు మాములుగా ఆఫీసుకు బయలుదేరింది జాహ్నవి.

!అమ్మా నీతో కొంచం మాట్లాడాలి!అన్నాడు రమణ.

!చెప్పండి బాబాయ్!అంది నవ్వుతూ జాహ్నవి.

!ఎల్లుండి నీ పుట్టిన రోజు మరిచిపోయావా!అన్నాడు రమణ.

ఆశ్చర్యంగా చూసింది జాహ్నవి. తన పుట్టిన రోజు అతనికి ఎలా తెలుసా అనుకుంది.

!గుర్తుంది బాబాయ్!అంది తేలికగా నవ్వుతూ.

!అయితే కొత్త బట్టలు కొనుక్కోలేదా!

!పుట్టిన రోజు చేసుకునే మూడ్ లో లేను బాబాయ్!అంది ఆశ్చర్యంగా.

!ఏం జరిగింది. మళ్ళీ ఆ మదన్ ఏదైన గొడవచేశాడా. చెప్పు. ఈ సారి వాడి తాట తీస్తాను!అన్నాడు కోపంగా.

!అదేంలేదు బాబాయ్. నాకు చేసుకోవాలనిపించటం లేదు. పోయిన సంవత్సరం నా పుట్టిన రోజు ఆయన ఘనంగా చేశారు. ఖరీదైన చీర కొనిచ్చారు. త్రీస్టార్ హోటల్ లో డిన్నర్ చేశాం. ఆ రోజు నేను ప్రియ ఆయన ఎంతో సంతోషంగా గడిపాము. ప్రపంచంలో ఉన్న సంతోషమంతా మాదే అన్నట్టుగా ప్రవర్తించాం. ఆ తరువాత సరదాగా

అలా తిరిగివచ్చాం. ఈ రోజు నేను జీవితాంతం మరిచిపోలేను. కొన్ని సంవత్సరాలకు సరిపడే సంతోషం ఆనందం ఆయన కలిగించారు. ఇప్పుడు ఆయన లేరు. అర్ధాంతరంగా పోయారు. ఒక జబ్బుచేసి పోతే నేను ఇంత బాధపడేదాన్ని కాదు. కాని ఒక వ్యక్తి నిర్లక్ష్యం వల్ల నా భర్త ప్రాణాలు గాలిలో కలిసిపోయాయి. ఆయన శవం రక్తపుమడుగులో రోడ్డు మీద ఉంది. ఆ సమయంలో నేను ప్రియ ఇంట్లోనే ఉన్నాం. ఒక పోలీస్ కానిస్టెబుల్ ఈ విషయం కాల్ చేసి చెప్పాడు. ఇద్దరం హుటాహుటిన అక్కడికి చేరుకున్నాం. నేలమీద ఉన్న నాభర్త శవం చూసి తట్టుకోలేకపోయాను. ఎవడో పోలీస్ కాల్చిన గుండు తిన్నగా అయన గుండెలోకి దూసుకుపోయింది. గుండె చిధ్రం అయిపోయింది.!

!ఆ దృశ్యం చూసి తట్టుకోలేకపోయాను. కుప్పలా నేలమీద కూలిపోయాను. ప్రియ అయితే నాకంటే ఎక్కువ స్పందించింది. తండ్రి శవం మీద పడి ఏడ్చింది. అసలు ఆయనకు తుపాకి గుండు ఎలా తగిలిందో నాకు అర్ధం కాలేదు. ఆ రోజు కొంతమంది ఫ్యాక్టరీ కార్మికులు సమ్మె చేస్తున్నారు. వాళ్ళకు మేనేజిమెంట్ కు ఏవో గొడవలు ఉన్నాయి. కాని అవి పరిష్కారం కాలేదు. వాళ్ళ డిమాండ్స్ కు మేనేజ్ మెంట్ ఒప్పుకోలేదు. దాంతో చాల మంది కార్మికులు రోడ్డు మీదకు వచ్చారు. గట్టిగా నినాదాలు చేస్తూ హడావిడి చేశారు. ఇదే మంచి సమయం అనుకుని రౌడీలుకొందరు ఆ గుంపులోకి చొరబడ్డారు. అప్పుడే పోలీస్ పటాలం వచ్చింది. పక్కనే ఉన్న షాపు

మీద రాయి వేశాడు. తరువాత మిగతవాళ్ళు అలాగేచేశారు. దాంతో అంతా రసబాసం అయింది. ఎవరు ఏం చేస్తున్నారో అర్థంకాకుండ పోయింది. ఒకరి మీద ఒకరు రాళ్ళు విసురుకున్నారు. మార్కెట్ అంతా అల్లకల్లోలం అయింది. ఇంతలోఎవరో ఈ విషయాన్ని పోలీసులకు చెప్పారు. మొత్తం పోలీసు పటాలం అక్కడ దిగింది. అయిన రౌడీలు ధ్వసం చెయ్యటం ఆపలేదు. ఇంకా ఎక్కువ చేశారు. ఇంతలో ఎవడో రౌడి ఒక కార్మికుడిని పొడిచాడు. అతను అరుస్తూ నేలకూలిపోయాడు. దాంతో కార్మికులకు విపరీతమైన కోపం వచ్చింది. వాళ్ళు కూడా దౌర్జన్యానికి దిగారు. అదే సమయంలో మా వారు బైక్ మీద అటుగా వస్తున్నారు. ఆయన ఇంటికి రావటానికి అదే దారి. ప్రతిరోజు కొన్ని సంవత్సరాలుగా ఆ దారిగుండా వస్తున్నారు. ఆరోజు కూడా వస్తున్నారు. అప్పుడే ఎవరో పోలీస్ అఫీసర్ ఫైరింగ్ ఆర్డర్స్ ఇచ్చాడు. పోలీసులు నిర్దాక్షిణ్యంగా కాల్పులు జరపటం మొదటిపెట్టారు.!

!ఏమైందో ఏమో. మా వారిని కూడా వాళ్ళు రౌడీ కింద జమకట్టినట్టున్నారు. అందుకే ఆ పోలీస్ అఫీసర్ గురిచూసి మా వారిని కాల్చాడు. గుండు తిన్నగా వచ్చి మా వారి చాతిలో దిగింది. వెంటనే ఆయన రక్తపు మడుగులో కూలిపోయాడు. క్షణం పాటు గిలగిలకొట్టుకుని ఆయన చనిపోయారు.ఈ విషయాలన్ని అక్కడ ఉన్న వాళ్ళు చూశారు. వాళ్ళందరు ఈ దృశ్యాన్ని పత్యక్షంగా

చూశారు. నేను వెళ్ళేసరికి మా వారు రోడ్డు మీద రక్తపుమడుగులో ఉన్నారు. చుట్టు పక్కల ఎవరు లేరు. కాని అక్కడ విధ్వంసం జరిగిందని చెప్పటానికి చుట్టు రాళ్ళు గాజుపెంకులు చెల్లాచెదరుగా పడిఉన్నాయి. కొన్ని షాపులు పూర్తిగా ధ్వంసం అయ్యాయి. రోడ్డు మీద పడిఉన్న నా భర్త శవం చూసి నాకు మతిపోయినంత పనిఅయింది. కట్రాయిలా బిగుసుకుపోయాను. నా మైండ్ పూర్తిగా బ్లాంక్ అయిపోయింది. దాదాపు !పదిరోజులకు వరకు ఆ షాక్ నుంచి తేరుకోలేకపోయాను. నా ప్రియ సంగతి చెప్పటానికి వీలులేదు. తండ్రి కోసం వెక్కివెక్కి ఏడ్చింది. ఆమెను ఓదార్చటానికి నేను చాల కష్టపడవలసివచ్చింది. ఆయన పోయిన తరువాత నా జీవితంలో శూన్యం అవహించింది. బ్రతుకుమీద విరక్తికలిగింది. ఈ ప్రపంచం చుట్టు ఉన్న మనుష్యులు ఎవరు కనిపించటం లేదు. అంతా శూన్యంగా తోచింది. !

!ప్రియ లేకపోతే ఖచ్చితంగా ఆత్మహత్యచేసుకునేదాన్ని. అందులో సందేహం లేదు. అందుకే పాప కోసం మనస్సు రాయిచేసుకున్నాను. పరిస్థితులలతో రాజీపడ్డాను. నా జీవితం ప్రియ అభివృద్ధికోసమే అని నిర్ణయించుకున్నాను. ఆమె భవిష్యతు మీదే దృష్టి పెట్టాను. అందుకే నా ఆశలు కోరికలు పూర్తిగా చంపుకున్నాను. ఒక విరాగినిలా బతుకుతున్నాను. ఈ పరిస్థితిలో నా పుట్టినరోజు నాకు గుర్తులేదు. ఆ

విషయం పూర్తిగా మరిచిపోయాను. ఇప్పుడు మీరు గుర్తుచేశారు!అని ముగించింది జాహ్నవి.

రమణ ఏం మాట్లాడలేదు. బాధగా ఆమె వైపు చూశాడు.

!షూట్ చేసింది ఎవరో తెలుసుకున్నావా !అడిగాడు రమణ.

!సంఘటన జరిగిన రెండురోజుల తరువాత పోలీస్ స్టేషన్ కు వెళ్ళాను. అక్కడ సంబంధిత ఆఫీసర్ ను కలుసుకున్నాను. ఏం జరిగిందని అడిగాను. అతను ఏం చెప్పలేదు. ముక్తసరిగా ఒక విషయం మాత్రం చెప్పాడు. షూట్ చేసింది ఒక యస్ ఐ అని అన్నాడు. నాకు నమ్మకం కలగలేదు. ఒక యస్ ఐ షూట్ చేశాడని నేను నమ్మటం లేదు. ఇంకేవరో ఆ పని చేసి ఉండాలి. అతను చాల పెద్ద ఆఫీసర్ అయిఉండాలి. అతను ఎవరో తెలుసుకోవటానికి గట్టిగా ప్రయత్నించాను. కాని ఎవరు చెప్పలేకపోయారు. అసలు డిపార్ట్ మెంట్ లో ఎవరు నాకు సహకరించలేదు. అందరు నన్ను అనుమానంతో చూశారు. నేనే ఏదో తప్పుచేసినట్టు ప్రవర్తించారు. అయిన నా ప్రయత్నం మానలేదు. నాలగైదు సార్లు పెద్ద ఆఫీసర్ ను కలుసుకోవటానికి ప్రయత్నించాను. కాని ఆయన హెడ్ క్వార్టర్స్ లో లేడు. బయటకు వెళ్ళాడని చెప్పారు. ఎప్పుడు వస్తారో చెప్పలేకపోయారు. తరువాత రెండు సార్లు వెళ్ళాను. కాని ఆయనను కలుసుకోలేకపోయాను. దాంతో విసుగువచ్చింది. వెళ్ళటం పూర్తిగా

మానుకున్నాను. ఇది జరిగి ఎనిమిది నెలలు అవుతుంది. అయిన ఆ సంఘటన మాత్రం నా జీతంలో ఎప్పుడు మరిచిపోలేను.!

!జరిగింది మరిచిపో అది వెంటనే జరగాలని నేను చెప్పను. కాని మెల్ల మెల్లగా మరిచిపోవటానికి ప్రయత్నించు అది జరగాలంటే నువ్వు ఆనందంగా సంతోషంగా ఉండాలి. పుట్టినరోజు జరుపుకుంటే ఆ ఆనందం కొంచమైన పొందగలవు. అందుకే ఎల్లుండి నీ పుట్టినరోజుకు నీకు బాగా కావల్సినవాళ్ళను పిలువు. మీ యం.డి ని కొలీగ్స్ ను కూడా ఆహ్వానించు. మన కాలనిలో కమ్యూనిటి హాల్ ఉంది. అక్కడ ఫంక్షన్ చేద్దాం. క్యాటరింగ్ నేను చూసుకుంటాను. అందరికి స్వయంగా నేను వండిపెడతాను!అన్నాడు రమణ.

ఆశ్చర్యంగా చూసింది జాహ్నవి. ఎవరు ఈ వ్యక్తి. తమ సంతోషం ఆనందం కోసం ఎందుకంతా కష్టపడుతున్నాడు. కల్పించుకుని అన్ని పనులు ఎందుకు చేస్తున్నాడు. ఈ విషయాలన్ని రమణను అడగాలని ఉంది. కాని సభ్యత కాదని ఊరుకుంది.
భోజనం దగ్గర మళ్ళి ఆమె పుట్టిన రోజు చర్చ వచ్చింది. రమణను పూర్తిగా సపోర్ట్ చేసింది ప్రియ.

!తాతయ్య కరెక్టుగా చెప్పాడు. నువ్వు తప్పకుండ పుట్టినరోజు జరుపుకోవాలి. నేను తాతయ్య సంతోషిస్తాం!అంది.

!నువ్వు చెప్పావు కదా. తప్పకుండ చేసుకుంటాను!అంది జాహ్నవి.

తేలికగా నిటుర్చాడు రమణ.

20

మరుసటి రోజు ఉత్సాహంగా ఆఫీసుకు వెళ్ళింది జాహ్నవి. ముందుగా తన కొలిగ్ పద్మకు తన పుట్టిన రోజు విషయం చెప్పింది.

!ఎల్లుండి నా పుట్టిన రోజు. నువ్వు తప్పకుండ రావాలి. మా కాలని కమ్యూనిటి హాలులో పార్టీ ఏర్పాటు చేశాను!అంది.

!తప్పకుండ వస్తాను. నువ్వు ఇంతగా చెప్పాలా !అంది పద్మ.

స్టాఫ్ మొత్తాన్ని ఆమె పిలువలేదు. కొద్ది మందిని మాత్రమే పిలిచింది. తరువాత యం.డి చాంబర్స్ లోకి వెళ్ళింది. అప్పటికే విశాల్ కూడా వచ్చేశాడు. టేబుల్ ముందు కూర్చుని సీరియస్ గా ఏదో ఫైలు చూస్తున్నాడు.

!రండి మేడం!అన్నాడు సాదరంగా.

!ఎల్లుండి నా పుట్టిన రోజు. చిన్న ఫంక్షన్ ఏర్పాటు చేశాను. మీరు తప్పకుండ రావాలి!అంది.

!ఫంక్షన్ ఇంట్లోనే చేస్తున్నారా.!

!లేదు. కాలని కమ్యూనిటి హాలులో చేస్తున్నాను. అక్కడికి వచ్చి ఎవరిని అడిగిన లొకేషన్ చెప్తారు.!!

!తప్పకుండ వస్తాను. ఫంక్షన్ ఎన్ని గంటలకు.!

!!సాయంత్రం ఆరుగంటలకు!అంది జాహ్నవి.

!మెనీ హేపీ రిటర్న్స్ ఆఫ్ ది డే. ఇది నా అడ్వాన్స్ శుభాకాంక్షలు !అన్నాడు విశాల్.

!దాంక్యుసార్ నేను వస్తాను!అని చెప్పి ఇవతలకు వచ్చేసింది.

ఆ రోజు సాయంత్రం పద్మతో కలిసి గార్మెంట్ షాపుకు వెళ్ళింది. తనకు ఇష్టమైన సల్వార్ కమీజ్ సూటు తీసుకుంది. బీరువాలో చాల చీరలు ఉన్నాయి. వాటిని కట్టుకునే అవకాశం రావటం లేదు. అందుకే తనకు ఇష్టమైన నీలంరంగులో సల్వార్ సూట్ తీసుకుంది. పాకెట్ తీసుకుని తన ఇంటికి చేరుకుంది. అప్పటికే ఏర్పాట్లన్ని పూర్తిచేశాడు రమణ. పార్టీకి ఏం వండాలో ఒక లిస్ట్ తయారుచేశాడు. దానికి అవసరమైన సామానులు అన్ని తీసుకువచ్చాడు.

!ఏర్పాట్లు పూర్తిఅయ్యాయి. కాలని సెక్రటరితో మాట్లాడాను. కమ్యూనిటి హాలు ఉపయోగించుకోవటానికి అనుమతి ఇచ్చాడు. ఎల్లుండి ఉదయం నుంచి ఉపయోగించుకోమని చెప్పాడు!అన్నాడు రమణ.

!వంట మీరు చెయ్యటం ఎందుకు బాబాయ్. క్యాటరిరంగ్ వాళ్ళకు ఆర్డర్ ఇద్దాం. అనవసరంగా మీరు శ్రమపడుతున్నారు!అంది నొచ్చుకుంటు.

!ఇందులో శ్రమ ఏముంది. మన ఆత్మీయులకు సేవచెయ్యటంలో ఎంతో ఆనందం ఉంది. నువ్వు నాకు పరాయిదానివి కాదు. అందుకే సంతోషంతో చేస్తున్నాను. దీని గురించి ఆలోచించకు. సంతోషంగా ఆనందంగా ఉండు. అప్పుడే నాకు ఆనందంగా ఉంటుంది!అన్నాడు.

!చెప్పిన మాట వినరు కదా!అని చెప్పి లోపలికి వెళ్ళిపోయింది జాహ్నవి. తిన్నగా తన బెడ్ రూంలోకి వెళ్ళింది. అలమరాలో ఉన్న తన భర్త ఫోటో చేతులలోకి తీసుకుంది. అందులో రమేష్ నవ్వుతూ కనిపించాడు. అప్రయత్నంగా ఆమె కళ్ళలో నీళ్ళుతిరిగాయి. అతను చనిపోయి ఇంకా సంవత్సరం కాలేదు. ఆమె పుట్టినరోజు జరుపుకుంటోంది. ఆమెకు ఎంత మాత్రం ఇష్టంలేదు. రమణ ప్రియ బలవంతం మీద ఒప్పుకుంది. పోయిన సంవత్సరం పుట్టినరోజు చాల ఆనందంగా గడిచిపోయింది. రమేష్ పెందళాడే ఆఫీసునుంచి వచ్చేశాడు. అందరు సంతోషంగా హోటల్ కు వెళ్ళారు. అది చాల ఖరీదైన హోటల్. రేట్లు ఆకాశంలో ఉంటాయి. అయిన రమేష్ వెనుకాడలేదు. దాదాపు అయిదువేలు ఖర్చయింది. ఇంత అవతుందని జాహ్నవి ఊహించలేదు.

!!సారీ అండి. ఇంతఅవుతుందని అనుకోలేదు!అంది అపాలజటిక్ గా.

!ఏం ఫర్వాలేదు. సంవత్సరానికి ఒక రోజు ఖర్చుపెడుతున్నాం. దాని గురించి పట్టించుకోకు. బాగా ఎంజాయ్ చెయ్!అన్నాడు.

భోజనం తరువాత ముగ్గురు సినిమాకు వెళ్ళారు. మరునాడు ఆదివారం. అందరికి సెలవు. అందుకే సినిమా ప్రోగ్రాం పెట్టాడు రమేష్. అది పాత హింగ్లీష్ సినిమా. పేరు సౌండ్ ఆఫ్ మ్యూజిక్. ఇంగ్లీష్ లో చాల క్లాసికలో మూవిగా పేరు తెచ్చుకుంది. ఆ సినిమాను ఆధారం చేసుకుని హిందిలో పరిచయ్ తీశారు. అందులో జితేంద్ర నటించాడు. ముగ్గురు సినిమాను బాగా ఎంజాయ్ చేశారు. ముఖ్యంగా జూలియా రాబర్డ్స్ నటన అద్భుతంగా ఉంది.

సినిమా చూసిన తరువాత వెంటనే ఇంటికి వెళ్ళలేదు. కొంచంసేపు అలా తిరిగారు. రాత్రి వేళ అది. గాలి చల్లగా వీస్తోంది. ఆకాశంలో చందమామ దేదిప్యమానంగా వెలిగిపోతున్నాడు. ఆకాశం నిర్మలంగా ఉంది. గంట సేపు ఎంజాయ్ చేశారు. తరువాత బైక్ లో ఇంటికి చేరుకున్నారు. వాళ్ళు పడుకునేసరికి రాత్రి ఒంటిగంట అయింది. పోయిన సంవత్సరం అంతా ఆనందంగా జరిగింది పుట్టినరోజు. ఈ రోజు రమేష్ లేడు. అతని జ్ఞాపకాలు మాత్రం మిగిలిపోయాయి. రాత్రి చాల సేపటివరకు నిద్రపోలేకపోయింది జాహ్నవి. చీకటిలోకి చూస్తూ గడిపింది.

అందరు నిద్రపోయిన తరువాత మెల్లగా లేచాడు రమణ. బయటకు వచ్చాడు. తలుపులకు తాళం వేసి సైకిల్ తీసుకుని బయలుదేరాడు. రోడ్డు అంతా చీకటిగా ఉంది. కొన్ని వీధిదిపాలు మాత్రం సన్నగా వెలుగుతున్నాయి. అతను యస్ పి బంగళా చేరుకోవటానికి అరగంట పట్టింది. సైకిల్ ను లోపల పెట్టి వెళ్ళాడు. అతని కోసమే ఎదురుచూస్తోంది శృతి. హాలులో అటుఇటు పచార్లు చేస్తోంది.

!ఏమిటి తాతయ్య ఇంత ఆలస్యం అయింది !అంది శృతి. ఆమె మొహంలో చిరుకోపం కనిపిస్తోంది.

!పని పూర్తిచేసుకుని వచ్చేసరికి ఈ వేళ అయింది. సరే మాటలు తరువాత. ముందు పుస్తకాలు తియ్యి.!అన్నాడు రమణ.

శృతి లెక్కలు పుస్తకం తీసి సిద్ధంగా పెట్టుకుంది.

రమణ పాఠం చెప్పటం మొదలుపెట్టాడు. అతని గొంతు మెల్లగా గంభీరంగా వినిపిస్తోంది. కొత్త చాప్టర్ గురించి వివరంగా

చెప్పుతున్నాడు. శృతి శ్రద్ధగా వింటోంది. దాదాపు గంటసేపు పాఠం చెప్పాడు. తరువాత నాలుగు లెక్కలు చేయించాడు. శృతి పూర్తిగా అర్ధంచేసుకుందని నమ్మకం కలిగిన తరువాత బయలుదేరాడు.

!ఈ రోజు వెళ్ళకు తాతయ్య. ఇక్కడే పడుకో!అంది శృతి.

!లేదమ్మా నేను వెళ్ళాలి. నీలాగే ప్రియ నా కోసం ఎదురుచూస్తూ ఉంటుంది!అన్నాడు రమణ.

!ఒక్కరోజు వెళ్ళకపోతే ఏంకాదు.!

!తప్పు అలా అనకూడదు. రేపుమళ్ళి వస్తాను. అమ్మతో నాన్నతో చెప్పు!అని ఆమె జవాబు కోసం ఎదురుచూడకుండ బయటకు వచ్చేశాడు.

21

కమ్యూనిటి హాలు లైట్ల వెలుగులో దేదిప్యమానంగా వెలిగిపోతుంది. ఆహుతులు అందరు ఒక్కొక్కరే వస్తున్నారు. ఎంట్రన్స్ దగ్గర నిలబడి ఉన్నాడు రమణ. లోపలికి వస్తున్నవాళ్ళను మర్యాదగా లోపలికి పంపిస్తున్నాడు. హాలులో చూడిదార్ వేసుకుని నిలబడిఉంది జాహ్నవి. ఆమె మొహంలో ఆనందం సంతోషం కొట్టొచ్చినట్టు కనిపిస్తోంది. పక్కన ప్రియ కూడా ఉంది.

అప్పుడే గిఫ్ట్ పాకెట్టుతో లోపలికి వచ్చాడు విశాల్.

!మెనీ మెనీ హేపీ రిటర్న్స్ ఆఫ్ ది డే!అని విష్ చేసి గిఫ్ట్ పాకెట్టు ఇచ్చాడు. అది తీసుకుని ప్రియకు ఇచ్చింది జాహ్నవి. దాన్ని తీసుకుని పక్కన ఉన్న టేబుల్ మీద పెట్టింది. దాదాపు అందరు వచ్చేశారు. కార్యక్రమం మొదలైంది. ముందుగా కేక్ కట్ చేసే కార్యక్రమం మొదలైంది. జాహ్నవి రమణను పిలిచి కేక్ కట్ చెయ్యమని చెప్పింది.

!నేనే !అన్నాడు ఆశ్చర్యంగా రమణ.

!అవును బాబాయ్. పెద్దవారు. మీరు తప్ప నాకు ఇంకేవరు ఉన్నారు. మీ చేతులలతో కట్ చేస్తే మాకు శుభంగా ఉంటుంది!అంది జాహ్నవి.

ఇబ్బందిగా చూశాడు రమణ. ఈ పరిణామం అతను ఎంత మాత్రం

ఊహించలేదు.

!ఫర్వాలేదు బాబాయ్. మీరు కట్ చేసి ఒక ముక్క నా నోట్లో పెట్టండి!అంది మళ్ళీ జాహ్నవి.

ఆహుతులంతా రమణ జాహ్నవి వైపు మార్చి మార్చి చూస్తున్నారు. ఒక్కసారిగా హాలులో పిన్ డ్రాప్ సైలెన్స్ అలుముకుంది.! రమణ ఏం చేస్తాడా అని ఆసక్తిగా చూస్తున్నారు. రమణ టేబుల్ దగ్గరకు వెళ్ళి కేక్ కట్ చేశాడు. ఒక ముక్క తీసి జాహ్నవి నోట్లో పెట్టాడు. జాహ్నవి ఇంకో ముక్క తీసి అతని నోట్లో పెట్టింది. తరువాత ప్రియ వంతు వచ్చింది. ఈ తతంగం అంతా పదినిమిషాలలో పూర్తయింది. తరువాత డిన్నర్ మొదలైంది. పొడుగాటి టేబల్స్ ఏర్పాటుచేశారు. వంటంతా రమణ దగ్గరఉండి చేయించాడు. అతనికి నలుగురు సహాయపడ్డారు. అందరు కలిసి వడ్డన చేశారు. పదార్థాలు చాల రుచిగా శుచిగా ఉన్నాయి. అందరు లొట్టలు వేసుకుని భోజనం చేశారు. ఫంక్షన్ రాత్రి పదిగంటల వరకు జరిగింది. తరువాత అందరు వెళ్ళిపోయారు.

పనివాళ్ళకు డబ్బు ఇచ్చి చివరగా ఇంటికి చేరుకున్నాడు రమణ. గదిలో కూర్చుని ఉంది జాహ్నవి. వచ్చిన గిఫ్ట్ లను చూస్తూ పక్కన పెడుతోంది. ఆమెతో ప్రియ కూడా ఉంది.

!బాబాయ్ నీ వంట అమోఘం. అందరు తెగ మెచ్చుకున్నారు. మా యం.డి కూడా చాల ఇంప్రస్ అయ్యాడు!అంది జాహ్నవి.

రమణ నవ్వి ఊరుకున్నాడు.

తల్లి కూతరిని అలాగే విడిచిపెట్టి తన గదిలోకి వెళ్ళిపోయాడు రమణ. ప్రియ కూడా నిద్రవస్తుందని వెళ్ళిపోయింది. గదిలో ఒంటరిగా

మిగిలిపోయింది జాహ్నవి. ఆమెకు నిద్రరావటం లేదు. అందుకే కాలక్షేపం కోసం ఒక్కొక్క గిఫ్ట్ తీసి చూడటం మొదలుపెట్టింది. చివరగా విశాల్ ఇచ్చిన గిఫ్ట్ తీసింది. మెల్లగా విప్పి చూసింది. అందులో నీలంరంగు చీర దానికి మ్యాచింగ్ బ్లౌజ్ ఉన్నాయి.

ఆ రంగు చీరఅంటే జాహ్నవికి చాల ఇష్టం. కాని ఈ విషయం విశాల్ కు తెలియదు. బహుశా ఇది కాకతాళీయకంగా జరిగిఉంటుంది. చీర చాల బాగుంది. చీర మడత విప్పి తన భుజం మీద వేసుకుని చూసుకుంది. అప్పుడే అందులోంచి ఒక కాగితం కింద పడింది. తీసి చూసింది. అది విశాల్ రాసిన ఉత్తరం.

జాహ్నవి గారు. !

!ఈ ఉత్తరం రాస్తానని నేను అనుకోలేదు. కాని రాయకుండ ఉండలేకపోయాను. ఈ ఉత్తరం రాయటానికి నేను చాలరోజులు మదనపడ్డాను. ఒకటికి రెండు సార్లు ఆలోచించాను. రాయటం మంచిదా కాదా అని చాల సార్లు బేరీజు వేసుకున్నాను. రాయకపోతే నా మనస్సులో కోరిక మీకు తెలియదు. రాస్తే మీరు ఏమైన అనుకోవచ్చు. అందుకే బాగా ఆలోచించాను. చివరకు రాయటానికే నిర్ణయించుకున్నాను.!

!మొదటిసారి ఆఫీసుకు వచ్చినప్పుడు మిమ్మల్ని చూశాను. చాల మెస్మరైజ్ అయ్యాను. నేను సాధారణంగా అమ్మాయిలతో మాట్లాడను. అందుకే నాకు కాలేజిలో ఎవరు ఆడస్నేహితులు లేరు. అందుకే వాళ్ళతో ఎలా మాట్లాడాలో ఎలా మెలగాలో నాకు అనుభవం లేదు. ఉద్యోగరీత్యా కూడా నేను ఆడవాళ్ళకు కొంచం

దూరంగా ఉంటాను. కాని మీతో మాత్రం పరిచయం పెంచుకోవాలని తోచింది. మీతో మాట్లాడాలని పించేది. కాని ధైర్యం చాలేది కాదు.పైగా సిగ్గు. అందుకే దూరంనుంచి చూస్తూ ఉండేవాడిని. !

!చాల రోజులు నా మనస్సును అదుపులో పెట్టుకున్నాను. దైనికైన ఒక హద్దు ఉంటుంది. ఎప్పుడో ఒకప్పుడు ఆ హద్దును ఎవరైన దాటవలసిందే. అందుకే నా మనస్సులో మాట మీకు చెప్పాలని ఎన్నోసార్లు ప్రయత్నించాను. కాని వీలుకాలేదు. భయం సిగ్గు నన్ను ఇబ్బంది పెట్టేవి. పైగా మీరు ఎదురుపడితే నా నోరు పెగిలేది కాదు. గొంతుకు ఏదో అడ్డంపడినట్టు గొంతు మూగబోయేది. ఒకవైపు చెప్పలేక ఇంకోవైపు దాచుకోలేక చాల సతమతమయ్యాను. నిద్రలేని రాత్రులు ఎన్నో గడిపాను. ఈ విషయం ఎవరితోనే షేర్ చేసుకోలేదు. షేరుచేసుకోవాలనుకున్నా నాకు ప్రియమైన స్నేహితులు ఎవరులేరు. అందుకే ఏం చెయ్యాలో అని ఆలోచించాను. నా విషయం పరోక్షంగా మీకు చెప్పాలని తీర్మానించుకున్నాను. అందుకే ఆ రోజు పిలిచాను. నా మనస్సులో మాట చెప్పాను. మీ సలహ కూడా అడిగాను. దానికి మీరు చక్కని సలహ కూడా ఇచ్చారు. ఇష్టమైన అమ్మాయికి ఏ రంగు ఇష్టమో తెలుసుకోమని చెప్పారు. ఆ మాట చెపుతూ మీరు నీలం రంగు ఇష్టమని చెప్పారు. !

!ఆ రంగు డ్రస్ మెటీరియల్ కొనాలని అనుకున్నాను. కాని ఆ కానుక మాములుగా ఇస్తే మీరు అపార్ధం చేసుకుంటారు. నన్ను ఒక రోడ్ సైడ్ రోమియోగా అనుకుంటారు. అందుకే ఏం చెయ్యాలా అని మదనపడ్డాను. అప్పుడే మీరు మీ పుట్టిన రోజుకు రమ్మని

ఆహ్వానించారు. మంచి సందర్భం దొరికిందని సంబరపడ్డాను. వెంటనే మీకు ఇష్టమైన నీలంరంగు చీర కొన్నాను. నేను టీనేజ్ కుర్రవాడిని కాను. అందుకే మీకు డైరక్టుగా ప్రేమలేఖ రాయలేదు. నా మనస్సులో ఉద్దేశం మీకు చెప్పాను. ఇష్టమైతే సరే అనండి. లేకపోతే మరిచిపోండి. కాని ఒక విషయం. దయచేసి ఈ విషయం ఎవరికి చెప్పకండి. అర్ధంచేసుకోండి!

విశాల్!

ఉత్తరం చదివి స్తబ్దుగా అయిపోయింది జాహ్నవి. ఈ పరిణామం ఎలా అర్ధంచేసుకోవాలో ఆమెకు అర్ధం కావటం లేదు. విశాల్ గురించి ఆమెకు తెలుసు. చాల మంచివాడు,నెమ్మదస్థుడు పైగా ఆడవాళ్ళను ఎంతో మర్యాదగా చూస్తాడు. అన్నిటికంటే మించి బాగా చదువుకున్నాడు. ఉన్నతమైన పొజిషన్ లో ఉన్నాడు. అలాంటివాడిని ప్రేమించటానికి ప్రతి పెళ్ళి కాని అమ్మాయి ఇష్టపడుతుంది. ఒక పెళ్ళికాని అమ్మాయి కోరుకునే అన్ని లక్షణాలు అతనిలో ఉన్నాయి. అలాంటివాడు తనని ఇష్టపడుతున్నాడు. ఎందుకో ఆ ఊహ వెగటుగా తోచింది ఆమెకు. కాని ఏం చెయ్యలేదు. అతను ఆమెకు పై ఆఫీసర్. అతను తలుచుకుంటే ఆమె కెరీర్ ను నాశనం చెయ్యగలడు. కాని అతను అలాంటివాడు కాదు. ఆ విషయం ఆమెకు తెలుసు. అయిన ఏదో తెలియని ఇబ్బంది.

ఏం చెయ్యాలో ఆమెకు అర్ధంకాలేదు. ఉత్తరం పట్టుకుని బొమ్మలా కూర్చుండిపోయింది. రేపు ఆఫీసుకు వెళ్ళాలి. అప్పుడు తన అభిప్రాయం గురించి అతను అడుగుతాడు. ఏం చెప్పాలి. నాకు

ఇష్టంలేదని చెప్పాలా లేక నాకు కొంచం గడువు ఇవ్వండి అని చెప్పాలా. ఏది తేల్చుకోలేకపోయింది. నిజానికి ఆమెకు విశాల్ ఆ ఉద్దేశం లేదు. ఒక గౌరవం తప్ప. ఆ రోజు రాత్రి రెండో సారి నిద్రకు దూరమైంది జాహ్నవి. మొదటిసారి భర్త రమేష్ చనిపోయినప్పుడు ఆ రాత్రి పూర్తిగా నిద్రపోలేదు. తెల్లవారేవరకు ఏడుస్తూ కూర్చుంది.

22

మరునాడు మామూలుగా ఆఫీసుకు బయలుదేరింది జాహ్నవి. ఆ ఉత్తరం గురించి రమణకు చెప్పలేదు ఆమె. ముందు చెప్పాలని అనుకుంది. కాని తరువాత వద్దులే అనుకుంది. అవసరమైనప్పుడు చెప్పవచ్చులే అని నిర్ణయించుకుంది. ఆమె ఆఫీసు చేరుకునేసరికి పద్మ ఇంకా రాలేదు. రిజిస్టర్ లో సంతకం చెయ్యటానికి యం.డి క్యాబిన్ లోకి వెళ్ళింది. తన సీటులో కూర్చుని ఏదో ఫైలు చూస్తున్నాడు విశాల్. అతని మొహంలో కొంచం కూడా ఉద్వేకం లేదు. చాల మామూలుగా ఉన్నాడు. కనీసం జాహ్నవి వైపు కూడా చూడలేదు. ఇది చూసి జాహ్నవికి సంతోషం వేసింది. హమ్మయ్య అని తేలికగా నిటుర్చింది.

పావు గంట తరువాత పద్మ వచ్చింది. ఇద్దరు మామూలుగా పలకరించుకున్నారు. తరువాత ఎవరి పనుల్లో వాళ్ళు మునిగిపోయారు. అకౌంట్స్ స్టేట్ మెంట్ చూస్తున్న జాహ్నవి దగ్గరకు అటెండర్ వచ్చాడు. ఏమిటన్నట్టుగా చూసింది జాహ్నవి.

!అయ్యగారు పిలుస్తున్నారు!అన్నాడు వాడు.

!ఎందుకు?

!ఏమో తెలియదమ్మా. మిమ్మల్ని వెంటనే రమ్మన్నారు !అని చెప్పి వెళ్ళిపోయాడు అటెండర్.

ఫైలు మూసి చాంబర్స్ లోకి వెళ్ళింది జాహ్నవి.

అక్కడ మదన్ కనిపించాడు. విశాల్ ఎదురుగా చేతులు కట్టుకుని నిలబడిఉన్నాడు. మొహం పాలిపోయింది. భయంభయంగా విశాల్ వైపు చూస్తున్నాడు. జాహ్నవికి ఏం అర్ధంకాలేదు. వెళ్ళి మదన్ పక్కన నిలబడింది. వెంటనే విశాల్ ఏం మాట్లాడలేదు. కాగితం మీద ఏదో సీరియస్ గా రాస్తున్నాడు. అయిదు నిమిషాల తరువాత విశాల్ తలఎత్తి జాహ్నవి వైపు చూశాడు.

!ఆ రోజు మదన్ మీద మీరు ఫిర్యాదు చేశారు. అందులో ఆ రాత్రి మీ మీద అత్యాచారం చెయ్యబోయాడని చెప్పారు. దాన్ని నేను హెడ్ ఆఫీసుకు పంపించాను. ఇప్పుడు జవాబు వచ్చింది. రూల్ ప్రకారం అతని మీద చర్య తీసుకోవటానికి రెండు పద్ధతులు ఉన్నాయి. ఒకటి అతని ఇంక్రిమెంట్ కట్ చెయ్యటం. రెండు అతన్ని వేరే చోటుకు ట్రాన్స్ ఫర్ చెయ్యటం. ఇందులో ఏది చేసిన అతని కెరీర్ మీద దెబ్బపడుతుంది. ప్రమోషన్స్ ఉండవు. ఇంక్రిమెంట్ ఉండదు. రిటైర్ అయ్యేంతవరకు అతను అదే పొజిషన్ లో పనిచెయ్యాలి. హెడ్ ఆఫీసు ప్రతిపాదించిన నిర్ణయాలు ఇవి. వీటిలో మీరు ఏదైన నిర్ణయించుకోవచ్చు!అంటు కాగితం తీసి ఇచ్చాడు విశాల్.

పూర్తిగా చదివింది జాహ్నవి. మదన్ వైపు చూసింది. అతను భయంతో వణికిపోతున్నాడు. జాహ్నవి వైపు జాలిగా చూస్తున్నాడు. అతని పరిస్థితి చూసి జాలిపడింది జాహ్నవి. అతను పెద్ద తప్పు చేశాడు

నిజమే. అతని పరిస్థితి ఉంటే తొంబైశాతం మంది మగవాళ్ళు అలాగే ప్రవర్తిస్తారు. ఒంటిరిగా ఉన్న ఆడదాన్ని చూస్తే చొంగకార్చుకుంటారు. మదన్ దీనికి అతీతుడు కాడు.

!సార్ నేను మదన్ గారి మీద ఇచ్చిన ఫిర్యాదును వెనక్కి తీసుకుంటున్నాను. మేనేజ్ మెంట్ అతని మీద ఎటువంటి చర్య తీసుకోవద్దు. ఇది మొదటితప్పుగా భావించి హెచ్చరించి విడిచిపెట్టండి!అంది జాహ్నవి.

షాక్ తగిలినట్టు చూశాడు విశాల్. మదన్ నిర్ఘాంతపోయాడు. నమ్మలేనట్టుగా చూశాడు. తిరిగి కొనసాగించింది జహ్నవి.

!ఈ విషయం రాయమంటే రాసి ఇస్తాను!అంది జాహ్నవి.

విశాల్ ఏదో చెప్పబోయాడు. కాని అప్పుడే ఏదో తట్టినట్టుగా ఉంది అతనికి. తలూపి ఒక కాగితం పెన్ తీసి ఇచ్చాడు.

చకచక రాసి సంతకం చేసింది జాహ్నవి.

ఆ తరువాత గదిలోంచి బయటపడింది జాహ్నవి. లోపల ఏం జరిగిందో తెలియదు. అయిదు నిమిషాల తరువాత నవ్వు మొహంతో మదన్ బయటకు వచ్చాడు. తిన్నగా జాహ్నవి దగ్గరకు వచ్చి. !సారీ మేడం నా ప్రవర్తనకు సిగ్గుపడుతున్నాను. ఇంకేప్పుడు ఎవరితోను ఇలా ప్రవర్తించను !అని చెప్పి వెళ్ళిపోయాడు.

జాహ్నవి తేలికగా నిటుర్చింది. సమస్య ఇంత తేలికగా పరిష్కారం అవుతుందని ఆమె అనుకోలేదు. మదన్ కూడా తన తప్పు తెలుసుకున్నాడు. కనుక ఇంకోసారి అతను అలా ప్రవర్తించడు. అది

గ్యారంటి. ఆ తరువాత తన రొటిన్ పనిలో పడిపోయింది. లంచ్ అవర్ లో ఆమె పద్మ కలిసి కాఫీ తాగటానికి క్యాంటిన్ కు వెళ్ళారు.

!మన గురుడు ఎవరిని ఇష్టపడుతున్నాడో తెలిసిందా!ఉన్నట్టుండి అడిగింది పద్మ.

!లేదు. నీకు తెలుసా!అడిగింది జాహ్నవి. అసలు విషయం పద్మకు చెప్పటం ఆమెకు ఇష్టంలేదు. బాధపడుతుంది. పైగా అపార్థం కూడా చేసుకుంటుంది. ఇన్ని రోజులు నాకు ఆ విషయం ఎందుకు చెప్పలేదని నిలదీసి అడుగుతుంది. పద్మ మనస్తత్వం గురించి జాహ్నవికి బాగా తెలుసు. ప్రతి చిన్న విషయానికి విపరీతంగా రియాక్ట్ అవుతుంది. తరువాత వెంటనే మాములు మనిషవుతుంది. అందుకే విశాల్ రాసిన ప్రేమలేఖ గురించి ఆమెకు చెప్పలేకపోతుంది.

!ఎవరైన కాని ఆమె చాల దురదృష్టవంతురాలని అంటాను!అంది పద్మ.

!ఎందుకు అలా అంటున్నావు!ఆశ్చర్యంగా అడిగింది జాహ్నవి.

!అదృష్టవంతురాలైతే అతను తన ప్రేమ గురించిఆమెకు చెప్పేవాడు. ఈ పాటికి ఇద్దరు చెట్లాపట్టాలు వేసుకుని తిరిగేవారు. కాని అలా జరగలేదు. అంటే దాని అర్ధం ఆమె అతనికి రాసిపెట్టలేదు.!

!నువ్వు చెప్పింది నిజం కావచ్చు. కాని ఇందులో ఆమె తప్పుకుడా ఏం లేదంటాను!

!ఎందుకని.!

!అతను ప్రేమించిన అమ్మాయి ఎవరో మనకు తెలియదు. కాని అతనికి బాగా తెలుసు. ఆ అమ్మయికి కూడా అతను తెలుసు. కాని

నోరు విప్పలేకపోతుంది. కారణం ఆమెకు ఇష్టంలేకపోవచ్చు. లేకపోతే ఆమె ప్రేమించే పరిస్థితిలో లేకపోవచ్చు. అంతకుమించి ఆమెకు ఇంతకుముందు పెళ్ళయి ఉండవచ్చు. పిల్లలు కూడా ఉండవచ్చు. ఇది నా అభిప్రాయం మాత్రమే. ఇందులో నిజం ఉండవచ్చు. లేకపోవచ్చు.!

!నిజంగా నువ్వు అనుకున్నట్టుగా జరిగితే బాగుంటుంది. నా లైన్ క్లియర్ అవుతుంది.! కాని ఈ విషయం ఎలా తెలుస్తుంది! విస్సుగ్గా అంది పద్మ.

!దేనికైన కొంచం ఓపిక ఉండాలి. కాలమే దీనికి పరిష్కారం చెప్పుతుంది. కొన్ని రోజులువెయిట్ చెయ్యి. అంతా బయటపడుతుంది!అంది జాహ్నవి.

నిజమే అన్నట్టు తలూపింది పద్మ. ఆ తరువాత ఆమె ఏం మాట్లాడలేదు.

దాంతో తేలికగా గాలిపీల్చుకుంది జాహ్నవి. పైకి అలా అన్నది కాని. ఆమెకు కూడా విశాల్ ను ఎలా ఎదురుకోవాలో తోచటం లేదు. అతను ఉత్తరం రాసి పదిరోజులు అయింది. ఈ మధ్య కాలంలో ఒక్కసారి కూడా అతను ఉత్తరం గురించి అడగలేదు. ఆమెతో మాట్లాడలేదు. కాకపోతే పరోక్షంగా జవాబు తెలుసుకోవటానికి ప్రయత్నించేవాడు. చాంబర్స్ కు వచ్చినప్పుడు ఆమె వైపు చూసేవాడు. ఆ చూపులకు అర్ధం జాహ్నవికి తెలుసు. కాని ఏం తెలియనట్టుగా ప్రవర్తించేది. దాంతో ఆ ఉత్తరం ఆమె ఇంకా చూడలేదని అనుకునేవాడు అతను.

ఇది ఒకందుకు మంచిదే అనుకుంది. దాని వల్ల ఆమెకు సమయం దొరుకుతుంది. ఏం జవాబు చెప్పదలుచుకుందో చెప్పటానికి అవకాశం ఉంటుంది.

కాఫీ తాగిన తరువాత ఇద్దరు లేచారు. బిల్ చెల్లించి తమ సీటులో కూర్చున్నారు. సాయంత్రం వరకు అకౌంట్స్ స్టేట్ మెంట్ చూస్తూ కుర్చుంది జాహ్నవి. మద్యలో రెండుసార్లు విశాల్ చాంబర్స్ లోకి వెళ్ళింది. అతను కూడా చాల బిజిగా కనిపించాడు. కొన్ని ఫైల్స్ ముందుపెట్టుకుని చూస్తున్నాడు. ఆమె వైపు చూశాడు కాని ఆ చూపలు మాములు ఉన్నాయి. జవాబు కోసం చూస్తున్నట్టుగా లేవు.

ఆరుగంటలకు ఇంకా పది నిమిషాలు టైం ఉంది. అప్పుడే జాహ్నవి సెల్ చప్పుడు చేసింది. డిస్ ప్లే మీద రమణ నెంబర్ కనిపించింది. అతను ఎప్పుడు ఆఫీసుకు కాల్ చెయ్యడు. అది ఆఫీసు టైంలో. అందుకే అన్ చేసి !ఏమిటి బాబాయ్ !అంది.

!నువ్వు వెంటనే ఇంటికి రావాలి తల్లి!అన్నాడు ఉపోద్ఘాతం లేకుండ.

!ఏం జరిగింది!అడిగింది జాహ్నవి.

!నువ్వు ముందు ఇంటికి రా. అంతా తెలుస్తుంది! అని ఇంకో మాటకు అవకాశం ఇవ్వకుండ లైన్ కట్ చేశాడు రమణ.

23

జాహ్నవి అరగంట తరువాత ఇంటికి చేరుకుంది. స్కూటిని పార్క్ చేసి హడావిడిగా లోపలికి వెళ్ళింది. హాలులో ప్రియ కూర్చుని ఉంది. ఆమె మొహం సున్నం కొట్టినట్టు తెల్లగా పాలిపోయింది. పాప పక్కన రమణ నిలబడి ఉన్నాడు. పాప భుజం మీద చెయ్యివేసి తడుతున్నాడు.

!ఏం జరిగింది!అడిగింది జాహ్నవి. ఆమె మొహంలో ఉద్వేకం కొట్టోచ్చినట్టు కనిపిస్తోంది.

రమణ మాట్లాడలేదు. వెళ్ళి తలుపులు వేసి గడియపెట్టాడు.

!ఏం జరిగింది బాబాయ్! తిరిగి ప్రశ్నించింది.

!చాల దారుణం జరిగింది అమ్మా!అన్నాడు రమణ.

!దారుణం జరిగిందా. ఏమిటి మీరు అంటున్నది!అంది జాహ్నవి.

!నువ్వు కంగారుపడకు. చెప్పేది జాగ్రర్తగా విను. తరువాత ఏం చెయ్యాలో ఆలోచిద్దాం!అన్నాడు.

!ఈ ఉపోద్ఘాతం ఎందుకు. ఇంతకు ఏం జరిగింది?

!కొన్ని రోజులకు ముందు ప్రియ సైట్ సీయింగ్ కు వెళ్ళింది నీకు గుర్తుందనుకుంటాను.!

!అవును వెళ్ళింది. తన క్లాస్ మెట్స్ తో వెళ్ళింది. స్కూల్ వాళ్ళు తీసుకువెళ్ళారు. ఇప్పుడు ఆ ప్రస్తావన ఎందుకు వచ్చింది!

!అక్కడ వీళ్ళు ఒక ప్రభుత్వ గెస్ట్ హవుస్ లో దిగారు. అమ్మాయిను అబ్బాయిలను వేరే వేరే గదులలో ఉంచారు. అంతవరకు బాగానే ఉంది. కాని ఆశ్చర్యం ఏమిటంటే ఆ సైట్ సీయింగ్ కు రాహుల్ కూడా వచ్చాడు!

!ఇందులో ఆశ్చర్యం ఏముంది. అతను ప్రియ క్లాస్ మెట్ కదా!అంది విస్సుగ్గా జాహ్నవి.

!అదే చెప్పబోతున్నాను. ముందు వాడు తన పేరు ఇవ్వలేదు. టీచర్ అడిగినప్పుడు ఇష్టమైన వాళ్ళు తమ పేర్లను ఇచ్చారు. కాని రాహుల్ మాత్రం తన పేరు ఇవ్వలేదు. ఈ విషయం ప్రియ గ్రహించింది. చాల సంతోషపడింది. రాహుల్ రాడని ఆనందపడింది. కాని తరువాత ఏం జరిగిందో తెలియదు. చివరిక్షణంలో రాహుల్ తన పేరు ఇచ్చాడు. బస్సులో అతన్ని చూస్తి మన ప్రియ కొంచం భయపడింది. ఆ రోజు సంఘటన తను ఇంకా మరిచిపోలేదు. అందుకే లోపల కొంచం భయపడింది. మళ్ళి వాడు ఏదైన అఘాయిత్యం చేస్తాడేమో అని ఆందోళనపడింది.!

!కాని ఆమె అనుకున్నట్టు ఏం జరగలేదు. రాహుల్ ప్రియను పట్టించుకోలేదు. కనీసం ఆమెతో మాట్లాడలేదు కూడా. దాంతో ప్రియ కొంచం తేలికపడింది. అతని వల్ల తనకు ఇబ్బందిరాదని సంతోషపడింది. కాని పాపతప్పుగా ఊహించింది. తుపాను రావటానికి ముందు వాతావరణం ప్రశాంతంగా ఉంటుంది. అదే ఫాలో అయ్యాడు

రాహుల్. వాడి బుర్రలో భయంకరమైన ఆలోచన మెదిలింది. దాన్ని ఎలా అమలుపెట్టాడో తెలియదు. కాని ప్రియ సిగ్గు మాత్రం పోయింది. పాప స్నానం చేస్తున్నప్పుడు సెల్ ఫోన్ తో ఫోటోలు తీశాడు. కాని వాటిని వెంటనే ప్రియకు చూపించలేదు. అక్కడనుంచి వచ్చిన తరువాత చూపించాడు. వారం రోజులు గడిచిన తరువాత ఆ వీడియోను ప్రియకు పంపించాడు. దాంతో పాటు ఒక మెసెజ్ కూడా పంపించాడు. తన కోరిక తీర్చకపోతే ఈ వీడియోని వైరల్ చేస్తానని బెదిరించాడు. !

!ప్రియ బెదిరిపోయింది. పాపకు ఏం చెయ్యాలో తోచలేదు. ఈ విషయం నీకు ఎలా చెప్పాలో తెలియలేదు ఆమెకు. భయం సిగ్గుతో పూర్తిగా చితికిపోయింది. కడుపునిండా భోజనం చెయ్యలేకపోయింది. కంటినిండ నిద్రపోలేకపోయింది.పైగా ఆ త్రాష్టుడు రెండు రోజులు గడవు ఇచ్చాడు. ఈలోగా తన నిర్ణయం చెప్పకపోతే తన స్నేహితులందరకి ఆ వీడియో చూపిస్తానని బెదిరించాడు. దాంతో తట్టుకోలేకపోయింది పాప. అన్ని రోజులు ఆ విషయం చెప్పలేకసతమతమైంది. కాని ఈ రోజు మాత్రం చెప్పకుండ ఉండలేకపోయింది. అందుకే నాతో అన్ని విషయాలుచెప్పింది. నన్నే ఈవిషయం నీతో చెప్పమని అంది!అని పూర్తిచేశాడు రమణ.

కట్రాయిలా బిగుసుకుపోయింది జాహ్నవి. నిలబడలేక సోఫాలో కూలిపోయింది. కొన్ని రోజులకు ముందు మదన్ ఆమెను ఇబ్బంది పెట్టాడు. ఇప్పుడు రాహుల్ తన కూతురిని టార్చర్ చేస్తున్నాడు. ఎందుకు ఇలా జరుగుతోంది. మగవాడి అండలేకపోతే ఇలాగే

ఉంటుందా. ఇప్పుడు ఏం చెయ్యాలి. రాహుల్ దగ్గరనుంచి ఆ వీడియోని ఎలా డీలిట్ చేయించాలి. బుర్రఅంతా స్తబ్ధుగా అయిపోయింది జాహ్నవికి. ఏం మాట్లాడాలో తెలియదు. గొంతుకు ఏదో అడ్డం పడినట్టు ఫీలయింది. అందుకే మౌనంగా ఉండిపోయింది.

హాలులో పూర్తిగా నిశబ్దం నిండుకుంది. ప్రియ వెక్కి వెక్కి ఏడుస్తోంది. ఆమెను ఓదార్చటానికి ప్రయత్నిస్తున్నాడు రమణ. జాహ్నవి ఈజిప్షిన్ మమ్మీలా బొమ్మాలా ఉండిపోయింది. ఆమె మైండ్ పూర్తిగా బ్లాంక్ అయిపోయింది. పరిస్థితిని గమనించాడు రమణ. తల్లికూతురు ఎంత మానసిక వేదన అనుభవిస్తున్నారో గ్రహించాడు.

!భయపడకండి. ఈ విషయం నాకు విడిచిపెట్టండి. అంతా నేను చూసుకుంటాను!అన్నాడు.

ప్రియ ఆశ్చర్యంగా తలపైకి ఎత్తి చూసింది.

!ఏం చేస్తారు!అడిగింది జాహ్నవి తేరుకుని.

!చెప్పను చేసిచూపిస్తాను!అన్నాడు రమణ దృఢంగా.

!వాడు రెండు రోజులు మాత్రమే టైం ఇచ్చాడు. ఈ లోగా ఆ వీడియోని ఎలా డీలిట్ చేస్తారు!అడిగింది జాహ్నవి.

!నువ్వు ప్రియ ప్రశాంతంగా ఉండండి. అంతా నేను చూసుకుంటాను. వీడియోని వాడిచేత్తోనే డీలిట్ చేయిస్తాను. అంతేకాదు ఇంకోసారి ఇలా ప్రవర్తించకుండ గట్టిగా బుద్ధి చెప్తాను. మీరు మాత్రం వర్రీకాకండి.!

!కాని! అంటు ఏదో చెప్పబోయింది జాహ్నవి.

!నా మీద నమ్మకం ఉందా !అడిగాడు రమణ.

!ఎంత మాట అన్నావు బాబాయ్. నీ మీద నమ్మకం లేకపోవటం

ఏమిటి. నా ఉద్దేశం ఎలా చేస్తావో తెలుసుకుందామని అడిగాను! అంది జాహ్నవి.

రమణ చిద్విలాసంగా నవ్వాడు. ఈ పరిస్థితిలో అతను ఎలా నవ్వగలుగుతున్నాడా అని విస్తూబోయి చూసింది. కాని ప్రియ మాత్రం తన భయం ఆందోళన నుంచి పూర్తిగా తేరుకుంది. ఆమెకు తాతయ్య మీద నమ్మకం పూర్తిగా ఉంది. అందుకే ధైర్యంగా రమణ వైపు చూసింది. అప్పుడే రమణ మనస్సులో అద్భుతమైన ఆలోచన రూపు దిద్దుకుంది. రాహుల్ ను ట్రాప్ చేసే ఆలోచన అది.

24

హాల్లో అటు ఇటు పచార్లుచేస్తున్నాడు కాళేశ్వరరావు. అతని మొహ అస్తమిస్తున్న సూర్యుడిలా ఎర్రగా ఉంది. తన కొడుకు రాహుల్ తప్పు చేశాడని అతనికి అర్ధమైంది. ఇది అతను ఎంత మాత్రం ఊహించని పరిణామం. ఇంతకాలం కొడుకు మంచివాడని బుద్ధిమంతుడని అనుకున్నాడు. చదువులో పెద్దగా రాణించకపోయిన పట్టించుకోలేదు. గొప్ప గొప్ప చదువులు చదవాలని ఆయన అనుకోలేదు. కొడుకు డిగ్రీ పాసయితే చాలని అనుకున్నాడు. అందుకే అతని చదువు గురించి పెద్దగా పట్టించుకోలేదు. అత్తెసరు మార్కులు వచ్చిన పట్టించుకోలేదు. కాని ఎప్పుడైతే ప్రియ విషయం బయటపడిందో అప్పుడు కొంచం భయపడ్డాడు రావు. కొడుకు తన చేతులలోంచి జారిపోతున్నాడని భావించాడు. అందుకే ఇంటికి రాగానే కొడుకును తీవ్రంగా మందలించాడు. ఇంకోసారి అమ్మాయిల జోలికి వెళ్ళవద్దని గట్టిగా హెచ్చరించాడు. వెళితే సహించనని తీవ్రంగా మందలించాడు. అలాగే అని తలూపాడు రాహుల్. కాని కుక్క తోక వంకరగానే ఉంటుంది. దాన్ని సరిచెయ్యాలనుకోవటం మూర్ఖత్వం అనిపించుకుంటుంది. అది రాహుల్ విషయంలో నిజమైంది.

తండ్రి దగ్గర మాత్రం బుద్ధిగా ప్రవర్తించాడు. తండ్రి అటువెళ్ళగానే మళ్ళీ మొదట్లలోకి వచ్చాడు. ప్రియను ఎలా ట్రాప్ చెయ్యాలా అని ఆలోచనలో పడ్డాడు. అప్పుడే సైట్ సీయింగ్ ట్రిప్ ప్రసక్తి వచ్చింది. లిస్ట్ లో ప్రియ పేరు ఉండటం గమనించాడు. వెంటనే తన పేరుకూడా ఇచ్చాడు. అది వేరే సంగతి. ప్రస్తుతానికి వస్తే కాళేశ్వరరావుకు అధికార పార్టీనుంచి పిలుపు వచ్చింది. రాబోయే ఎన్నికలలో అతనికి యం.యల్. ఏ సీటు ఇవ్వటానికి పార్టీ పెద్దవాళ్ళు తీర్మానించుకున్నారు. అతను అన్ని విధాలుగా మంచి అభ్యర్ధి అని వాళ్ళు భావిస్తున్నారు. చాల పెద్ద బిజినెస్ మాగ్నట్ అతను. డబ్బును విచ్చలవిడిగా ఖర్చు చేసే శక్తి ఉన్నవాడు. పైగా సంఘంలో అతనికి ఎంతో గౌరవం ఉంది. ఇవన్ని బేరీజు వేసుకున్న తరువాత అతన్ని తమ పార్టీలోకి లాగారు. రావు కూడా అభ్యంతరం చెప్పలేదు. అతను కోరుకుంటున్నది కూడా అదే. బిజినెస్ లో కోట్లు సంపాదించాడు. ఒకసారి రాజకీయంలో ప్రయత్నించాలని అనుకున్నాడు. కాగలకార్యం గంధర్వులే తీర్చారని పార్టీ పెద్దలనుంచి పిలువు వచ్చింది. అతని కోరిక అలా నెరవేరింది.

ఇప్పుడు సమస్య రాహుల్. బాబు పద్ధతి చూస్తుంటే చాల చెడిపోయాడని అనిపిస్తుంది. పద్నాలుగు సంవత్సరాలకే ముదురుగా ప్రవర్తిస్తున్నాడు. ఇంతవరకు కొడుకు సంగతి ఎవరికి తెలియదు. ఒక్క రమణకు తప్ప. అతను కూడాఎవరికి చెప్పడు. ఆ నమ్మకం రావుకు ఉంది. అయిన ఏదో తెలియని ఇబ్బంది. ఎక్కడ తన కొడుకు విషయం బయటపడుతుందో అని తెగ కంగారుపడుతున్నాడు.

అసలు విషయం తెలిసిందిఒక్క రమణకు మాత్రమే. అతను ఎప్పుడైన నోరు తెరవవచ్చు. నిజం బయటపడవచ్చు. అది జరగకుండా ఉండాలంటే ఒక్కటే దారి. రమణ నోరు శాశ్వతంగా మూయ్యటమే. ప్రస్తుతం రావు దాని గురించే ఆలోచిస్తున్నాడు.

!రెండు రోజులు నువ్వు స్కూల్ కు వెళ్ళకమ్మా !అన్నాడు రమణ. అప్పుడే స్కూల్ కు తయారవుతున్న ప్రియ ఆశ్చర్యంగా చూసింది. అక్కడే ఉన్న జాహ్నవి కూడా అర్ధంకానట్టు చూసింది.

!ఏం లేదమ్మా. ఈరెండు రోజులలో రాహుల్ విషయం తేలుస్తాను. అంతవరకు నువ్వు స్కూల్ కు వెళ్ళకు. వాడు ఎలాగు రెండు రోజులు గడువు ఇచ్చాడు.ఈ లోగా దీనికి ఒక ముగింపు పలుకుదాం!అన్నాడు రమణ.

!నువ్వేం మాట్లాడుతున్నావో అర్ధంకావటం లేదు. రాహుల్ విషయం ఎలా తేలస్తాం!అంది జాహ్నవి.

!వివరాలు అడగకు. ఒక నలబై ఎనిమిది గంటలు మాత్రం నాకు గడువు ఇవ్వు. చాలు. !

!ఆ సమయంలో ఏం చెయ్యదలుచుకున్నావా తాతయ్య!అంది ప్రియ.

!చెప్పను. చేసి చూపిస్తాను. దయచేసి నేను చెప్పినట్టు చెయ్యండి. వస్తాను !అని బయటకు బయలుదేరాడు రమణ. తల్లి కూతురు ఒకరి మొహాలు ఒకరు చూసుకున్నారు. తరువాత ఏదో నిర్ణయించుకున్నట్టు జాహ్నవి లోపలికి వెళ్ళిపోయింది. ప్రియ పుస్తకాల బ్యాగ్ తీసుకుని మేడమీదకు వెళ్ళింది. బ్యాగ్ నుమంచం

మీద పడేసి కూర్చుంది.

బయటకు వచ్చిన రమణ సైకిల్ ఎక్కి బయలుదేరాడు. తిన్నగా పోలీస్ స్టేషన్ కు వెళ్ళాడు. యస్ ఐ ని కలుసుకున్నాడు. రమణ మీద దాడిచేసిన ఇద్దరు నేరస్థులను అరెస్ట్ చేసి విచారించింది ఆ ఆఫీసరే. ఇద్దరు అతని చాంబర్స్ లో కూర్చున్నారు. ఉపోద్ఘాతం లేకుండ విషయంలోకి వచ్చాడు రమణ.

!చెప్పండి ఏం చెయ్యమంటారు!అడిగాడు యస్. ఐ.

!మెల్లగా చెప్పటం మొదలుపెట్టాడు రమణ.

రాహుల్ గేటు దగ్గర నిలబడ్డాడు. ప్రియ కోసం చుట్టు చూశాడు. కాని ఆమె ఎక్కడ కనిపించలేదు. ఈ రోజు క్లాసులో కూడా కనిపించలేదు. మొదటి రెండు పీరియడ్ లో ఆమె కోసం చూశాడు రాహుల్. కనిపించలేదు. తరువాత వేరే పనిలో బిజీగా ఉండిపోయాడు. ప్రియ గురించి తాత్కాలికంగా మరిచిపోయాడు. స్కూల్ అయిపోయిన తరువాత అప్రయత్నంగా అతనికి ప్రియ గుర్తుకువచ్చింది. ఒక వేళ తరువాత వచ్చిందేమో అనుకున్నాడు. అందుకే గేటు దగ్గర కాచుకున్నాడు. పిల్లలందరు గుంపులు గుంపులుగా బయటకు వచ్చారు. అందురు కేరింతలు కొడ్తూ మాట్లాడుకుంటున్నారు. వాళ్ళలో ప్రియ కోసం చూశాడు రాహుల్ కాని ఆమె ఎక్కడ లేదు.

కోపంతో అతని మొహం ఎర్రబారింది. పళ్ళు పటపట కొరికాడు. రెండు రోజులు టైం ఇచ్చాడు ఆమెకు. ఈ రోజు మొదటి రోజు. రేపు రెండో రోజు. ఈ లోగా ఆమె తన నిర్ణయం చెప్పాలి. లేకపోతే వీడియోలు

వైరల్ చేస్తాడు. అది మాత్రం నిజం. ఈ విషయం ప్రియకు తెలుసు. తను అనుకున్నట్టు చేస్తాడని కూడా తెలుసు. ఆయన కిమ్మనలేదు. కనీసం ఏడ్పు మొహం పెట్టలేదు. ఆమె స్దితిలో వేరే వాళ్ళు ఉంటే ఇంకో రకంగా స్పందించేవాళ్ళు. కాని ప్రియలో కొంచం కూడా భయపడిన చాయలు కనిపించలేదు. చాల మాములు విషయం విన్నట్టుగా ప్రవర్తించింది. అదే కోపం తెప్పించింది రాహుల్ కు. ఆమెమాములు అమ్మాయి లాగా రియాక్ట్ అయిఉంటే కొంచం జాలి చూపించేవాడు. కాని కొరకరాని కొయ్యగా ప్రవర్తించింది. డోర్ కేర్ అన్నట్టుగా చూసింది. పిల్లలంతా దాదాపు వెళ్ళిపోయారు. స్కూల్ ఖాళీ అయింది. వాచ్ మెన్ గేటు మూస్తున్నాడు. నిరాశతో రగిలిపోయాడు రాహుల్. సైకిల్ తీసుకుని బయలుదేరాడు. అతను ఇంటికి బయలుదేరలేదు.తిన్నగా తన అడ్డాకు బయలుదేరాడు. రోజు సాయంత్రం అక్కడికి వెళ్తాడు రాహుల్. తన స్నేహితులతో డ్రగ్స్ తీసుకుంటు ఎంజాయ్ చేస్తాడు. ఈ విషయం ఎవరికి తెలియదు. చివరకు రాహుల్ తండ్రికి కూడా. అంత రహస్యంగా ఆపరేట్ చేస్తున్నాడు. పావు గంట తరువాత స్పాట్ కు చేరుకున్నాడు రాహుల్. సైకిల్ పార్క్ చేసి లోపలికి వెళ్ళాడు. అది ఒక పాడుబడిన ఇల్లు. దుమ్మూదూళితో అసహ్యంగా ఉంది. గోడలు పూర్తిగా వెలిసిపోయాయి. అక్కడక్కడ పగుళ్ళు కనిపిస్తున్నాయి. ఎప్పుడైన ఇల్లు కూలిపోయేలాఉంది. ఆ ఇల్లు ఎవరిదో తెలియదు. కాని రౌడీలకు డ్రగ్స్ పెడలర్స్ కు ఇది అడ్డాగా మారింది. రోజు సాయంత్రం రౌడీలు అక్కడికి వస్తారు. మందు తాగుతారు. ఒక్కోక్కోసారి అమ్మాయిలను కూడా తెచ్చుకుంటారు.

కొంతమంది రౌడీలతో రాహుల్ కు స్నేహం కూడా ఉంది.

అప్పటికే రాహుల్ స్నేహితులు వచ్చేశారు. బ్యాగ్ ను ఒక మూల పెట్టి తన స్నేహితులను కలుసుకున్నాడు. మొత్తం నలుగురు. వాళ్ళలో ఒకడు బ్యాగ్ లోంచి డ్రగ్స్ పాకెట్టు తీశాడు. తల ఒకటి ఇచ్చాడు. అందరు డ్రగ్స్ పీలిచారు. మత్తులో జోగిపోతున్నారు. వాళ్ళలో ఒకడు మెల్లగా లేచాడు. తన స్నేహితులవైపు చూశాడు. ఎవరు వాస్తవ ప్రపంచంలో లేరు. ట్రాన్స్ లో ఉన్నట్టు అటు ఇటు తూలుతున్నారు. లేచినవాడి రాహుల్ కు మంచి స్నేహితుడు. తనని ఎవరు గమనించటంలేదని నిర్ధారణ చేసుకున్నాడు వాడు. మెల్లగా రాహుల్ బ్యాగ్ తీసి అందులో నాలుగు డ్రగ్స్ పాకెట్టు పెట్టాడు. ఈ విషయం చాల జాగ్రత్తగా రహస్యంగా జరిగిపోయింది. రాహుల్ కాని మిగతవాళ్ళు కాని అది చూడలేదు.

తరువాత అందరు డ్రగ్స్ తీసుకున్నారు. మత్తులో జోగిపోయారు. ఎప్పటిలాగే రాహుల్ చాల కొద్ది మోతాదులో తీసుకున్నాడు. దానికి కారణం తండ్రి అంటే అతనికి విపరీతంగా ఉన్న భయం. సాధ్యమైనంతవరకు తండ్రికి ఎదురు పడడు. అందుకే ఏం చేసిన ఎన్ని తప్పులు చేసిన తండ్రికి తెలియకుండ జాగ్రర్తపడతాడు. కాని కాళేశ్వరరావు ఏమంత అమాయకుడు కాడు. కొడుకుతో అతను ఎక్కువగా మాట్లాడడు. మాట్లాడిన ముక్తసరిగా మాట్లాడతాడు. అలాగని కొడుకును నిర్లక్ష్యం చెయ్యటం లేదు. కొడుకు గురించి ఏం తెలుసుకోవాలో ఆ విషయాలు ఎప్పటికి అప్పుడు తన వాళ్ళతో తెలుసుకుంటునే ఉన్నాడు. వాళ్ళు చెప్పిన సమాచారం అతన్ని

విపరీతమైన షాక్ కు గురిచేసింది. తన కొడుకుకు డ్రగ్స్ అలవాటు ఉందని రౌడీలతో సన్నిహితంగా తిరుగుతున్నాడని వాళ్ళు రిపోర్ట్ ఇచ్చారు. పైగా ప్రియ అనే అమ్మాయి వెనుక పడుతున్నాడని కూడా చెప్పారు.

కాళేశ్వరావు షాక్ అయ్యాడు. ఆతను ఇప్పుడిప్పుడే రాజకీయంలో దిగుతున్నాడు. ఈ విషయాలు బయటకు పొక్కితే అతని పరువు పోతుంది. పైగా రాజకీయంగా దెబ్బతింటాడు. కొడుకును సరిగ్గా పెంచలేనివాడు దేశాన్ని ఏం ఉద్ధరిస్తాడని విమర్శిస్తారు. అది కాళేశ్వరరావుకు ఇష్టం లేదు. అందుకే కొడుకు ఆగడాలు తెలిసిన ఊరికేఉండిపోయాడు. తను కలగేచేసుకుంటే ఈవిషయం బయటకు వస్తుంది. దాంతో మీడియాకు మంచి మేత దొరుకుతుంది. ఈ చిన్న విషయాన్ని పెద్దది చేసి మరి రాస్తారు. ఎలక్ట్రానిక్ మీడియా అయితే ఆ రోజంతా దాన్ని బ్రేకింగ్ న్యూస్ గా వేస్తారు. కొడుకు విషయం తెలిసింది ఒక రమణకు మాత్రమే. అతన్ని ఎలా అడ్డుతప్పించాలో ఆలోచిస్తున్నాడు అతను.

కాని ఈ విషయాలు రాహుల్ కు తెలియదు. తను చేస్తున్న పనులు తండ్రికి తెలియవనే భ్రమలో ఉన్నాడు అతను. మెల్లగా తూలుకుంటు సైకిల్ తొక్కుకుంటు ఇంటివైపు సాగిపోయాడు. ఈ టైంలో తండ్రి ఇంట్లో ఉండడు. వ్యాపారపనులలో చాల బిజీగా ఉంటాడు. అందుకే తండ్రి చూస్తాడన్న భయం లేదు.

అప్పుడే ఒక పోలీస్ జీపు వచ్చి రోడ్డుకు అడ్డంగా ఆగింది.

అందులోంచి ఇన్స్ పెక్టర్ ఇద్దరు కానిస్టెబుల్స్ దిగారు. రాహుల్ తన

సైకిల్ కు బ్రేక్ వేసి ఆపాడు.

!ఎక్కడనుంచి వస్తున్నావు !అడిగాడు ఇన్స్ పెక్టర్.

!స్కూల్ నుంచి వస్తున్నాను!అన్నాడు రాహుల్.

!ఏమిటి అలా ఉన్నావు.!

!ఏం లేదు. కొంచం తలనొప్పిగా ఉంది అంతే.!

!ఆ బ్యాగ్ లో ఏముంది?

!పుస్తకాలు సార్ ఇంకేముంటాయి!అన్నాడు చిరుకుగా.

!ఒకసారి ఆ బ్యాగ్ ఇవ్వు చూసి ఇస్తాను!అన్నాడు ఇన్స్ పెక్టర్.

అందులో డ్రగ్స్ ఉన్నాయని రాహుల్ కు తెలియదు. అందుకే ధైర్యంగా బ్యాగ్ తీసి ఇచ్చాడు.

బ్యాగ్ లోంచి పుస్తకాలు తీశాడు కానిస్టెబుల్. వాటితో పాటు డ్రగ్ పాకెట్స్ కూడా బయటపడ్డాయి.

!ఏమిటి ఇవి! అడిగాడు ఇన్స్ పెక్టర్. అతని గొంతు కరుకుగా మారింది.

!నాకేం తెలియదు సార్!అన్నాడు రాహుల్ విస్తుబోతూ.

!చాల అమాయకుడిలా మాట్లాడకు. నువ్వు ఎంత ముదురో నాకు బాగా తెలుసు. ముందు స్టేషన్ కు పద. అక్కడ నీ వివరణ వింటాను!అన్నాడు.

!సార్ నాకేం తెలియదు సార్. ఈ డ్రగ్స్ పాకెట్ గురించి నాకేం తెలియదు. ఎవరో కావాలని ఇందులో పెట్టారు సార్. నన్ను నమ్మండి!అన్నాడు.

అతనిలో ధైర్యం పూర్తిగా పోయింది. దాని స్థానంలో భయం

అవహించింది.

!రెడ్ హాండెడ్ గా దొరికావు. మర్యాదగా జీపు ఎక్కు. నువ్వు చెప్పదలుచుకుంది స్టేషన్ లో చెప్పుపద!అన్నాడు.

రాహుల్ కదలలేదు. తనని కాదన్నట్టుగా బొమ్మాలా ఉండిపోయాడు. కానిస్టేబుల్ అతన్ని బలవంతంగా తీసుకవవచ్చి జీపులో కూర్చోపెట్టాడు. తరువాత సైకిల్ ను జీపు వెనుక పెట్టాడు. జీపు పావు గంటలో ఒక పాడు బడిన భవంతిదగ్గర ఆగింది. రాహుల్ చెడ్డవాడే కావచ్చు. అమ్మాయిల పిచ్చి ఉండవచ్చు. కాని తెలివి హీనుడు మాత్రం కాదు. తను వచ్చింది పోలీస్ స్టేషన్ కు కాదని అతనికి అర్థమైంది. అయిన అడగలేకపోయాడు. భయంతో అతని నాలుక పిడచకట్టుకునిపోయింది. గొంతులోంచి మాటలు రావటం లేదు. ఏదో అడ్డం పడినట్టు మూగబోయింది.

!పద అంటు చెయ్యిపట్టుకున్నాడు ఇన్స్ పెక్టర్.

అందరు లోపలికి వెళ్ళారు. లోపల మరి అధ్వాన్నంగా ఉంది భవనం. గోడలమీద పెచ్చులుఊడిపోయాయి. రంగు పూర్తిగా వెలిసిపోయింది. చాల హీనస్థితిలో ఉంది. మెట్ల మెట్లు ఎక్కి పైకి చేరుకున్నారు అందరు. విశాలమైన హాలులోకి ప్రవేశించారు. అక్కడ ఒక టేబుల్ కుర్చీ మాత్రం ఉన్నాయి. దాని మీద విపరీతంగా దుమ్ము పేరుకుని ఉంది. ఇద్దరు కానిస్టేబుల్స్ శుభ్రం చేశారు. చేతిలో ఉన్న న్యూస్ పేపరు దాని మీద పరిచారు. రాహుల్ ను కుర్చిలో కూర్చోపెట్టారు.

!ఇది పోలీస్ స్టేషన్ లా లేదే!అన్నాడు రాహుల్ బెరుకుగా.

అతని చెంపమీద బలంగా కొట్టాడు ఇన్స్ పెక్టర్.

!నోరుమూసుకుని ఉండు. మేము అడిగిన ప్రశ్నలకు మాత్రం జవాబు చెప్పు!అన్నాడు.

భయంతో అలాగే అని తలాడించాడు. లేకపోతే ఇంకా కొడతాడని వణికిపోయాడు.

!నువ్వు రెడ్ హాండెడ్ గా డ్రగ్స్ తో పట్టుబడ్డావు. నీ దగ్గర దాదాపు రెండు కిలోల డ్రగ్స్ పాకెట్స్ దొరికాయి. దీనికి దాదాపు పదిసంవత్సరాలు నువ్వు జైలులో ఉండవలసివస్తుంది. నీ చదువు పూర్తిగా నాశనం అవుతుంది. నీ భవిష్యత్తు పూర్తిగా చీకటి అవుతుంది. నీతో చదువుకున్న స్నేహితులు ఆ పాటికి చదవు పూర్తిచేస్తారు. అందరు మంచి ఉద్యోగాలలో ఉంటావు. నువ్వ మాత్రం ఏ చదువు లేకుండ ఉండిపోతావు. పది సంవత్సరాల సుదీర్ఘ శిక్ష తరువాత విడుదల అవుతావు. ఎక్కడ నీక ఉద్యోగం రాదు. ఎవరు నీకు ఉద్యోగం ఇవ్వటానికి ఇష్టపడరు. అందరు చీదరించుకుని వెళ్ళగొడతారు. ఆఖరికి మీ నాన్నగారు నిన్ను అసహ్యహించుకుంటారు. నా కడుపున చెడపుట్టావు అని తిడతారు. అంతే కాకుండ మీ నాన్నగారి రాజకీయ జీవితం కూడా నాశనం అయిపోతుంది. పార్టీ హైకమాండ్ ఆయన మీద ఎన్నో ఆశలు పెట్టుకుంది. ఆయనను గెలిపించి యం. పి ని చెయ్యాలనుకుంటుంది. కాని నీ చరిత్ర తెలిసినతరువాత తమ నిర్ణయం మార్చుకుంటారు. కన్నకొడుకును సరిగ్గాపెంచలేనివాడు దేశాన్ని ఏం ఉద్ధరిస్తాడని విమర్శలు చేస్తారు. అవన్ని భరిస్తూ మీ నాన్నగారు ఉండలేరు. ఆత్మహత్య చేసుకుంటారు. దాంతో నువ్వు పూర్తిగా

ఒంటిరివాడవైపోతావు. నువ్వు జైలుశిక్షనుంచి కాపాడుకోవాలంటే ఒక్కటే దారి ఉంది!అని ఆగాడు ఇన్స్ పెక్టర్.

ఆఫీసర్ చెప్పినదంతా సావకాశంగా విన్నాడు రాహుల్. అతని కళ్ళముందు భవిష్యత్తు గోచరించింది. తండ్రి అవమానంతో ఆత్మహత్య చేసుకోవటం కళ్ళముందు సినిమా రీలులా కదిలింది. తట్టుకోలేకపోయాడు. చేతిలో ఎంత డబ్బు ఉన్నా లాభం లేదు. ఎంత ఆస్థిఉన్నా ప్రయోజనం లేదు. సమాజంలో గౌరవం లేనప్పుడు అవన్ని వ్యర్ధంగా కనిపిస్తాయి. పైకి గౌరవం చూపిస్తారు. కాని లోపల మాత్రం చీదరించుకుంటారు. ఈ దృశ్యాలన్ని రాహుల్ ముందు కదిలాయి. అంతా అతను పూర్తిగా కదిలిపోయాడు. అమాంతం ఆఫీసర్ కాళ్ళమీద పడ్డాడు.

!ప్లీజ్ నన్ను కాపాడండి. ఇంకో సారి తప్పుచెయ్యను. దయచేసి ఈ విషయం మా నాన్నగారికి చెప్పకండి!అన్నాడు.

మెల్లగా అతన్ని లేపాడు ఆధికారి.

!నేనుచెప్పినట్టు చేస్తే నీకు శిక్ష తప్పుతుంది. నీ మీద ఏ కేసు ఉండదు!

!ఏం చెయ్యమంటారు!అడిగాడు రాహుల్ ఆత్రంగా.

!నువ్వు ప్రియను తీసిన విడియోను పూర్తిగా డిలీట్ చెయ్యి ముందు తరువాత ఏం చెయ్యాలో చెప్తాను!అన్నాడు.

ఇంకేం ఆలోచించలేదు రాహుల్. వెంటనే సెల్ తీసి ప్రియ నగ్నవిడియోను పూర్తిగా ఇన్స్ పెక్టర్ ముందు డిలీట్ చేశాడు.

!మీరు చెప్పినట్టు చేశాను. నన్ను విడిచిపెట్టండి. ఇంటికి వెళతాను. నాన్నగారు నా కోసం కాచుకుని ఉంటారు!అన్నాడు బ్రతిమాలుతూ.

!వెళుదువు కాని ఇంకో పని మిగిలిఉంది.

!ఏంచెయ్యాలి.!

!ఒక స్టేట్ మెంట్ రాసివ్వు. ఆ తరువాత నిన్ను ఇంటి దగ్గర విడిచిపెడ్తాను!అన్నాడు ఇన్స్ పెక్టర్.

!ఏం రాయాలి?

ఇన్స్ పెక్టర్ మాట్లాడకుండ కానిస్టెబుల్ కు సైగ చేశాడు. కాగితం పెన్ను పట్టుకుని అతని రెడిగా ఉన్నాడు. వాటిని తీసి రాహుల్ కు ఇచ్చాడు.

ఇన్స్ పెక్టర్ డిక్టెట్ చేశాడు. రాహుల్ రాశాడు. అంతా పూర్తయిన తరువాత కాగితం పెన్ని ఇన్స్ పెక్టర్ కు ఇచ్చాడు. అందులో కొంచం తప్పులు ఉంటే వాటిని సరిచేశాడు. తరువాతరాహుల్ సంతకం తీసుకున్నాడు. ఆ స్టేట్ ప్రకారం ఇంకేప్పుడు డ్రగ్స్ తీసుకోడు. తీసుకునేవాళ్ళతో కలవడు తిరగడు. అంతే కాదు ఆడపిల్లలను అల్లరి చెయ్యడు. వాళ్ళను అసభ్యంగా విడియోలుతియ్యాడు. ఒకవేళ అలాంటి తప్పు చేస్తే తను జైలు శిక్ష అనుభవించటానికి తయారుగా ఉంటానని రాతపూర్వకంగా రాసి కింద సంతకం చేశాడు.

ఆ పని పూర్తయిన తరువాత కానిస్టెబుల్ టీ తెచ్చి రాహుల్ కు ఇచ్చాడు. తరువాత అతనికి మొహం కడిగించి జీపులో కూర్చోపెట్టారు. గంట తరువాత అతన్ని ఇంటి దగ్గర డ్రాప్ చేశాడు. ఒక్క క్షణం కూడా ఆగలేదు రాహుల్. ఒక్కసారి గా ఇంటి వైపు పరుగు అందుకున్నాడు. కనీసం ఒక్కసారి కూడా వెనక్కి తిరిగి చూడలేదు. అతను లోపలికి వెళ్ళటం వరకు కాచుకున్నారు పోలీసులు. అతను

పూర్తిగా లోపలికి వెళ్ళాడని నమ్మకం కలిగిన తరువాత జీపు వెనక్కి తిప్పారు. జీపు వెళుతుంటే ఇన్స్ పెక్టర్ రమణకు కాల్ చేసి విషయం చెప్పాడు.

!ఈ జన్మలో అతను ప్రియ జోలికి రాడు!!

25

ఇన్స్ పెక్టర్ తో మాట్లాడిన తరువాత సెల్ ఆఫ్ చేశాడు రమణ. ఇప్పుడు అతని మనస్సు ప్రశాంతంగా ఉంది. ఇక ప్రియకు ఎలాంటి సమస్య ఉండదు. రాహుల్ మరోసారి అలాంటి ప్రయత్నం చెయ్యడు. మానసికంగా శారీరకంగా అతన్ని పూర్తిగా బలహీనుడిని చేశాడు ఇన్స్ పెక్టర్. అతను జైలుకు వెళితే ఏం జరుగుతుందో చెప్పాడు. కళ్ళకు కట్టినట్టు వర్ణించాడు. పైగా తండ్రి సెంటిమెంట్ ను చేర్చాడు. దాంతో పూర్తిగా ఢీలాపడిపోయాడు రాహుల్. చిన్నవాడు. అందుకే వెంటనే స్పందించాడు. చెప్పినట్టు చేశాడు.

సంతోషంతో లోపలికి వెళ్ళాడు రమణ. లోపల బెడ్ రూంలో జాహ్నవి ప్రియ కూర్చుని ఉన్నారు. ఇద్దరు ఏదో కబుర్లు చెప్పుకుంటున్నారు. తల్లి కూతురిని అలా చూస్తుంటే రమణకు చాల ముచ్చటవేసింది.

!అనుకున్న పని పూర్తయింది!అన్నాడు రమణ.

ఏం పని బాబాయ్!ఆశ్చర్యంగా అడిగింది జాహ్నవి.

!ప్రియ విషయం. రాహుల్ ఆ వీడియోని పూర్తిగా చెరిపేశాడు. ఇక దాని వల్ల ఎలాంటి సమస్య రాదు. పైగా తను తప్పుచేసినట్టు రాహుల్ కూడా ఒప్పుకున్నాడు. ఆ మేరకు స్టేట్ మెంట్ కూడా ఇచ్చాడు.!

!నిజంగానా బాబాయ్! అంది జాహ్నవి. ఆమె మొహం ఆనందంతో వెలిగిపోయింది. కొన్ని గంటలముందు తల్లి కూతుర్ల మొహంలో ప్రేత కళ కనిపించింది. విపరీతమైన వత్తిడితో ఇద్దరు నలిగిపోయారు.

!అవునమ్మా ఈ విషయంలో అబద్ధం ఎందుకు చెప్తాను. అంతా సవ్యంగా ముగిసింది. ఎందుకు ఎలా అని మాత్రం అడగండి. ఆ విషయంనేను చెప్పలేను. చాల రహస్యంగా జరిగిపోయింది. రేపటినుంచి ప్రియ హాయిగా ఏ భయం లేకుండ స్కూల్ కు వెళ్ళవచ్చు. పరీక్షలమీ దృష్టి పెట్టవచ్చు!అన్నాడు రమణ.

తాతయ్య అంటు ప్రియ వచ్చి రమణను హత్తుకుపోయింది. ఆమె పూర్తిగాకదిలిపోయింది. ఇన్ని రోజుల టెన్షన్ తో గడిపింది. అన్నం సరిగ్గా తినలేకపోయింది. కంటినిండ నిద్రపోలేకపోయింది. భయం సిగ్గుతో క్షణం క్షణం బ్రతికింది. అన్నిరోజులు ఎంతో వత్తిడి అనుభవించింది. అది ఇప్పుడు కన్నీళ్ళ రూపంలో బయటకు వచ్చింది.

ప్రియ ఏడుస్తుందని రమణకు అర్ధమైంది. మెల్లగా ఆమె భుజం నిమిరాడు.

!ఛ ఊరుకో. నేను ఉండగా నువ్వు ఎప్పుడు ఏడ్వకూడదు. నీకు ఏ సమస్య వచ్చిన ఈ తాతయ్యను మరిచిపోకు. జరిగింది మరిచిపో. చదువు మీద నీ దృష్టిని పెట్టు. మీ నాన్నగారు కోరినట్టుగా మంచి మార్కులు తెచ్చుకో సరేనా !అన్నాడు లాలనగా

ఏడుస్తునే అలాగే తాతయ్య అంది వెక్కుతూ.

జాహ్నవి పరిస్థితి కూడా ఇంచుమించు అలాగే ఉంది. ఆమెకు

తనివితీరా ఏడ్వాలని ఉంది. కాని వయస్సు అడ్డు వచ్చింది. అందుకే బలవంతంగా లోపల దిగమింగుకుంది. నాలుగు రోజులు గడిచాయి. ప్రియ స్కూల్ కు వెళుతోంది. రాహుల్ కూడా వస్తున్నాడు కాని చాల కామ్ గాఉంటున్నాడు. ఎవరితోను మాట్లాడలేదు. ప్రియకు ఎదురుపడటం కూడా అతనికి ఇష్టంలేదు. ఆమె ఎదురుగా వస్తే పక్కకు తప్పుకుంటున్నాడు. అతని వాలకం చూసి ప్రియకు చాల ఆశ్చర్యంగా ఉంది. రాహుల్ చాల మొండివాడు. పొగరుబోతు. ఎవరి మాటలు వినడు. అలాంటిది ఏం జరిగిందో తెలియదు. ఇప్పుడు చాల సబ్ మిసివ్ గా మారిపోయాడు. మౌనంగా ఉంటున్నాడు. తన స్నేహితులతో కూడా ఎక్కువగా మాట్లాడటం లేదు. బుద్ధిగా పాఠాలు వింటున్నాడు. తలవంచుకుని ఇంటికి వెళుతున్నాడు.

ప్రియ మాత్రం ఆశ్చర్యంతో ఉక్కిరిబిక్కిరి అయింది. రాహుల్ లో అంతలా మార్పు రావటానికి కారణం ఏమిటో ఆమెకు అర్ధంకాలేదు. అతని వైపు నుంచి ఎలాంటి సమస్యలు రావని రమణ చెప్పాడు. దాన్ని క్యాజువల్ గా తీసుకుంది. కాని అది నిజమని నాలుగు రోజుల తరువాత ఆమెకు తెలిసింది.

ఈ రోజు మీకు ఇంట్లో ఏదైన ముఖ్యమైన పని ఉందా !అడిగాడు విశాల్. ఈ మద్య కాలంలో ప్రతిరోజు విశాల్ చాంబర్స్ కు వెళుతుంది జాహ్నవి. కంపెని టాక్స్ గురించి చర్చిస్తోంది. అతను కూడా ఆమెతో మాములుగా మాట్లాడుతున్నాడు. ఏ రోజు ఆ ఉత్తరం గురించి అడగలేదు. ఆ ప్రస్తావన తీసుకురాలేదు. అయిన ప్రతిరోజు జాహ్నవి

భయపడుతోంది. అతనికి ఏం జవాబు చెప్పాలో ఆమెకు తెలియటం లేదు. ఆమె దగ్గర అది సిద్ధంగా లేదు కూడా.

ఆ ఉత్తరం రాసి చాల రోజులైంది. మొదటి నాలుగు రోజులు అతని ప్రవర్తన అదో విధంగా ఉంది. ఆమె చాంబర్స్ లోకి వచ్చినప్పుడు ఆత్రంగా ఆమె వైపు చూసేవాడు. ఏం జవాబు చెప్పుతుందా అని ఎదురుచూసేవాడు. ఆ విషయం జాహ్నవి గ్రహించింది. కాని గ్రహించనట్టుగానే ప్రవర్తించింది. అలా చెయ్యటం ఆమెకు కష్టంగానే ఉంది. కాని ఆమె మాత్రం ఏం చెయ్యగలదు. నాకు ఇష్టంలేదు అని అతని మొహం మీద చెప్పటానికి ఆమె ఇబ్బంది పెడుతుంది. అతను బాధపడతాడు. పైగా ఆ జవాబు అతని మీద నెగిటివ్ ఇంపాక్ట్ కలిగించవచ్చు. చాల సున్నితమనస్కుడు అతను. ఏం చేస్తాడో తెలియదు. దాని కంటే ఉత్తరం చూడనట్టుగా ప్రవర్తించటం మంచిది. అదే చేసింది జాహ్నవి.

చాల రోజులు గడిచాయి. విశాల్ ప్రవర్తన కూడా మారిపోయింది. ముందులాగా జాహ్నవి వైపు చూడటం లేదు. ఒక సూపీరియర్ ఆఫీసర్ ఎలా ప్రవర్తించాలో అతను కూడా ప్రవర్తించసాగాడు. దాంతో తేలికగా నిటూర్చింది జాహ్నవి. ఇక విశాల్ వల్ల సమస్య రాదనుకుంది.

ఆ రోజు మాములుగా ఫైలు తీసుకుని అతని చాంబర్స్ లోకి వెళ్ళింది. యధాప్రకారం ఫైలు మీద సంతకం చేశాడు. ఆమె ఫైలు తీసుకుని వెళ్ళబోతుంటే అన్నాడు అతను.

ఒక్కసారిగా ఉలిక్కిపడింది జాహ్నవి.

అతను ఆ ప్రశ్న ఎందుకు అడుగుతున్నాడో ఆమెకు అర్ధమైంది.

బహుశా ఒంటరిగా కలుసుకుని తన అభిప్రాయం తెలుసుకోవాలని అనుకుంటున్నాడు. మంచులో కూరుకుపోతున్నట్టుగా ఫ్రీజ్ అయిపోయింది. వెంటనే ఏం మాట్లాడాలో ఆమెకు తెలియలేదు. మౌనంగా ఉండిపోయింది. అయిన విశాల్ ఆగలేదు. తన దోరణిలో సాగిపోయాడు.

!మీతో కొంచం విడిగా మాట్లాడాలి. ఆఫీసులో వద్దు. మీకు అభ్యంతరం లేకపోతే కాఫీ హౌజ్ కు వెళదాం. కాఫీ తాగుతూ మాట్లాడుకుందాం!అన్నాడు.

ఆ గొంతులో ఆజ్ఞ లేదు. చాల మాములుగా ఉంది.

వద్దని చెప్పలేకపోయింది జాహ్నవి. సరే అంది.

సంతోషంతో ఊగిపోయాడు విశాల్.

!సరే ఆఫీసు అయిన తరువాత నేను ముందు వెళతాను. మీరు తరువాత రండి!అన్నాడు.

!సరే అంది జాహ్నవి.

ఆ తరువాత ఫైలు తీసుకుని తన సీటులోకి వచ్చింది. ఫైలు పక్కన పెట్టి తలపట్టుకుని కూర్చుంది. ఈ పరిణామం ఆమె ఊహించలేదు. విశాల్ తనతో ఏం మాట్లాడుతాడో ఆమె ఊహించగలదు. రాసిన ప్రేమలేఖ గురించి అడుగుతాడు. చదివారా అని అడుగుతాడు. ఇంకా చదవలేదని చెప్పవచ్చు. దాని వల్ల కొన్నిరోజులు ప్రశాంతంగా ఆమె గడపవచ్చు. కాని ఈ విషయం ఎప్పుడో ఒకప్పుడు బయటపడుతుంది. ఆ రోజు కాకపోతే రేపయిన తన అభిప్రాయం చెప్పాలి ఆమె. అది ఈ రోజు చెప్పటం వల్ల నష్టం ఏం లేదు. ఆమెకు

టెన్షన్ ఉండదు.

ఈ రకమైన ఆలోచనలతో ఆమె మనస్సు నెమ్మదించింది. రొటిన్ ఆఫీసు పనిలో పడిపోయింది. సాయంత్రం అయిదు గంటలవరకు బిజీగా ఉండింది. పెండింగ్ ఫైల్స్ అన్ని పూర్తిచేసింది. వాటిని తీసుకుని విశాల్ చాంబర్స్ లోకి వెళ్ళింది. అతను చాంబర్స్ లో లేడు. ఫైల్స్ అతని టేబుల్ మీద పెట్టి వచ్చేసింది.

సరిగ్గా అయిదు గంటలకు స్కూటిలో కాఫీ హౌజ్ చేరుకుంది. ఆ రోజు కొంచం రష్ ఎక్కువగానే ఉంది. చాల జంటలు కూర్చుని స్వీట్ నథింగ్స్ చెప్పుకుంటున్నాయి. మూలగా ఉన్న టేబుల్ దగ్గర విశాల్ కూర్చుని ఉన్నాడు. మెల్లగా వెళ్ళి అతనికి ఎదురుగా కూర్చుంది.

!మీరేం తీసుకుంటారు!అడిగాడు.

!కాఫీ చాలు. మీకు ఏద్దైన కావాలనుకుంటే ఆర్డర్ చేసుకోండి!అంది జాహ్నవి.

!నాకు కూడా కాఫీ చాలు !అని రెండు కాఫీ ఆర్డర్ చేశాడు.

స్టివర్డ్ కాఫీ తెచ్చి వాళ్ళకు సర్వ్ చేసి వెళ్ళిపోయాడు.

అతను కాఫీతాగుతూ ఆమె వైపు సాభిప్రాయంగా చూశాడు.

!ఏదో మాట్లాడాలని అన్నారు. చెప్పండి!అంది జాహ్నవి ప్రస్తావన తెస్తూ.

! ఏం మాట్లాడాలోతెలియనట్టు సందిగ్ధంగా చూశాడు అతను.

అతని ఉద్దేశం ఆమెకు అర్ధమైంది.

!ఫర్వాలేదు చెప్పండి!అంది.

!పిలిచిన తరువాత చెప్పకుండ ఎలా ఉంటాను. ఇప్పుడు కాకపోయిన

రేపయిన చెప్పక తప్పదు కదా!అన్నాడు.

జాహ్నవి ఏం మాట్లాడకుండ అతని వైపు విచిత్రంగా చూసింది.

ఒక్క క్షణం పాటు ఆమె వైపు చూశాడు అతను. తరువాత గొంతు సవరించుకున్నట్టు చిన్నగా దగ్గి అన్నాడు.

!ఇలా అడగవలసివస్తుందని అనుకోలేదు. మీ జవాబు కోసం చాల రోజులు ఎదురుచూశాను. కాని మీరు జవాబు చెప్పలేదు. కనీసం ఆ ప్రస్తావన తీసుకురాలేదు. మీరు ఆ ఉత్తరం చూశారో లేదో ఖచ్చితంగా చెప్పలేను. కాని చూశారనే అనుకుంటున్నాను. అందుకే ఇలా అడగవలసివచ్చింది. దయచేసి మీ అభిప్రాయం నిర్మొహమాటంగా చెప్పండి. ఈ ముసుగులో గుద్దులాట భరించలేకపోతున్నాను!అని ఆగాడు.

ఈ పరిస్థితి వస్తుందని జాహ్నవికి తెలుసు. అందుకే ఆమె తయారుగా ఉంది.

!సారీ విశాల్ గారు. ఇలా చెప్పుతున్నానని ఏం అనుకోకండి. నాకు పెళ్ళిచేసుకోవటం ఇష్టం లేదు. పైగా నాకు చాల బాధ్యతలు ఉన్నాయి. ఒక టీనేజ్ కూతురు ఉంది. పాపను బాగా చదివించి ప్రయోజకురాలిని చెయ్యాలి. ఆయన ఆశయం నెరవేర్చాలి. నా దృష్టి అంతా నా కూతురి మీదే ఉంది. ఈ పరిస్థితిలో పెళ్ళిచేసుకోవటం కుదరదు. ఇలా అంటున్నందుకు ఏం అనుకోకండి. మీరు బాగా చదువుకున్నవారు. తెలివైన వారు. అర్ధంచేసుకుంటారని ఆశిస్తున్నాను.!

!ఇదో పెద్ద సమస్యకాదు. పాపను నేను చూసుకుంటాను.ఆమె బాధ్యత

నాది.!

!మీ విశాలమైన నిర్ణయానికి నా అభినందనలు. నాకు ఇష్టం లేదు. నా మనస్సులో నా భర్తకు తప్ప మరొకరికి చోటు లేదు. దయచేసి ఈ విషయం మరిచిపోండి. అది మీకు మంచిది నాకు మంచిది. ఇంతకంటే ఏం చెప్పలేను!అంది.

విశాల్ మొహంలో కళ పూర్తిగా ఇంకిపోయింది. అతను అనుకున్నది ఒకటి. జరిగింది ఇంకోకటి. ఏం మాట్లాడాలో అతనికి తోచలేదు. పిచ్చివాడిలా జాహ్నవి వైపు చూశాడు. ఆమె మొహం గంభీరంగా ఉంది. అది ఒక్క క్షణం మాత్రమే. వెంటనే మాములుగా అయిపోయాడు విశాల్. సన్నగా నవ్వాడు.

!ఫర్వాలేదు మేడం. మీ మనస్సులో ఉన్న మాటను నిర్భయంగా చెప్పారు. దానికి మిమ్మల్ని పూర్తిగా అభినందిస్తున్నాను. జరిగింది మరిచిపోండి. ఏదేదో అనుకుంటాం. కొన్నిసార్లుఅవి నెరవేరుతాయి. కొన్నిసార్లు నేరవేరవు. ఫర్వాలేదు జీవితం అన్నతరువాత నాటకీయత సహజమే కదా. జరిగింది మరిచిపోండి. మనం మంచి స్నేహితుల్లా ఉందాం. మీకు ఏ అవసరం వచ్చిన నాకు కాల్ చెయ్యండి!అన్నాడు విశాల్.

నిజమా అన్నట్టుగా అతని వైపు చూసింది జాహ్నవి. అతని మొహం నిర్మలంగా ఉంది. ఇంతకుముందు ఉన్న ఉద్వేకం వత్తిడి ఇప్పుడు కొంచం కూడా లేవు. చాల మాములుగా రిలాక్స్ మూడ్ లో ఉన్నాడు అతను.

తేలికగా నిటుర్చింది జాహ్నవి. సమస్య చాల తేలికగా పరిష్కారం

అయింది. ముందు ఏదోదో ఊహించుకుంది. కాని అలాంటిది ఏం జరగలేదు. చదువుకున్నవాడు తెలివైనవాడు విశాల్. అందుకే ప్రాక్టికల్ గా ఆలోచించి తగిన నిర్ణయం తీసుకున్నాడు.

పది నిమిషాల తరువాత విశాల్ వెళ్ళిపోయాడు. జాహ్నవి తరువాత బయలుదేరింది. ఆమె ఇంటికిచేరుకునేసరికి హాలులో రమణ ప్రియ కనిపించారు. ఆమెకు లెక్కలు విడమర్చి చెప్పుతున్నాడు అతను.

!వచ్చావా ఇంకా రాలేదేమిటా అని కంగారుపడ్డాను !అన్నాడు రమణ.

!బాస్ తో చిన్న మీటింగ్ జరిగింది. అందుకే ఆలస్యం అయింది!అంది జాహ్నవి నవ్వుతూ.

!ఫ్రెష్ ప్ అవ్వు. ఈ లోగా కాఫీ తీసుకువస్తాను !అని లేచాడు రమణ.

ఆమె రిఫ్రెష్ అయి వచ్చేసరికి కాఫీ కప్పుతో సిద్ధంగా ఉన్నాడు రమణ. కాఫీ తాగిన తరువాత తన గదిలోకి వెళ్ళి కూర్చుంది జాహ్నవి. జరిగినదంతా ఒకసారి బేరీజు వేసుకుంది. తనమీద తనకే ఆశ్చర్యంగా ఉంది ఆమెకు. తనేనా అంత నిర్భయంగా మాట్లాడగలిగింది అని విస్తూబోతుంది. ఏది ఏమైన ఆమె మనస్సులో ఉన్న భారం పూర్తిగాదిగిపోయింది. రేపటినుంచి విశాల్ ను ధైర్యంగా ఎదురుకోవచ్చు. ఎదురుపడవచ్చు.

26

నాలుగు రోజులు గడిచాయి. అంతా ప్రశాంతంగా ఉంది. రొటిన్ గా ఆఫీసుపనిలో బిజి అయిపోయింది జాహ్నవి. మూడో రోజు హెడ్ ఆఫీసునుంచి ఆడిటర్స్ వచ్చారు. ఆ రోజు నుంచి కంపెనిలో ఇంటర్నల్ ఆడిట్ జరగబోతుంది. దానికి అన్ని ఏర్పాట్లు జరిగిపోయాయి. చీఫ్ అకౌటెంట్ గా జాహ్నవి వాళ్ళకు సహకరించాలి. అకౌంట్స్ కు సంబంధించిన విషయం ఏదైన అడిగినప్పుడు జవాబు చెప్పాలి. దానికి తిగిన ఆధారాలు డాక్యుమెంట్స్ చూపించాలి.

ఆ నాలుగురోజలలో విశాల్ ఒక్కసారి మాత్రమే కనిపించాడు. అది ఆడిటర్స్ వచ్చినప్పుడు. తరువాత అతను కనిపించలేదు. బహుశా తన చాంబర్స్ లోనే ఉన్నా డనుకుంది జాహ్నవి. కాని చాంబర్స్ లో కూడా లేడని తరువాత తెలిసింది. ఆతరువాత అతను కనిపించలేదు. మరునాడు కూడా ఆఫీసుకు వచ్చినట్టు లేదు.ఏమైయ్యాడో అర్ధం కాలేదు. అప్పుడే అప్రయత్నంగా ఆమె కుడికన్ను అదిరింది. అది అశుభానికి సూచకం అని చాల మంది చెప్తారు. కాని అలాంటి మూఢ నమ్మకాల మీద ఆమెకు నమ్మకం లేదు. అందుకే పెద్దగా పట్టించుకోలేదు.

ఇంకో నాలుగు రోజులు గడిచాయి. అప్పటికి విశాల్ రాలేదు. అతని గురించి కూడా ఎవరికి తెలియలేదు. బహుశా లాంగ్ లీవ్ పెట్టి వెళ్ళాఢని అందరు అనుకున్నారు. కాని ఒక్క జాహ్నవి మాత్రం అలా అనుకోవటం లేదు. అతను ఆఫీసుకు ఎందుకు రాలేదో ఆమెకు మాత్రం తెలుసు. తను అతని ప్రపోజల్ కు ఒప్పుకోలేదు. దాంతో మనస్సు విరిగిపోయి ఉంటుంది అతనికి. ఆమెను ఎదురుకోవటానికి మనస్కరించకపోయిఉండవచ్చు. కారణం ఏద్దైన కావచ్చు. ఏది ఏమ్మైన అతనికి పరిస్ఢితికి పరోక్షంగా ఆమె కారణం. ఈ విషయం ఎవరికి తెలియదు. కాని ఆమె మనస్సుకు తెలుసు.

ప్రియ చదువు చక్కగా సాగుతుంది. రమణ ఆమెకు ప్రత్యేకంగా కోచింగ్ ఇస్తున్నాడు.ఇప్పుడు ప్రియలో ఆత్మవిశ్వాసం బాగా పెరిగింది. పరీక్షలు బాగా ఎదురుకోగలనని నమ్మకం వచ్చింది. పైగా ప్రతి స్టిప్ టెస్ట్ లలో ఆమెకు వందకు తొంబైశాతం వస్తోంది. ఎలాగైన వందకు వంద కొట్టాలని ఆమె కోరిక.

యధాప్రకారం ప్రతిరోజు రాత్రి రమణ బయటకు వెళుతున్నాడు. ఎక్కడికి వెళుతున్నాడో తెలియదు. అతను చెప్పలేదు. జాహ్నవి కూడా అడగలేదు. అన్ని పనులు పూర్తిచేసుకుని వెళుతున్నాడు. అందుకే ఎక్కడికి వెళుతున్నాడో అడగలేకపోతుంది.

మరో నాలుగు రోజులు గడిచాయి. విశాల్ మాత్రం ఆఫీసుకు రాలేదు. ఏమ్మైయ్యాడో ఎవరికి తెలియలేదు. కాని ఆఫీసు పనులు మాత్రం జరిగిపోతున్నాయి. బాస్ లేడు కనుక ఇంకా బాగా పనిచేస్తున్నారు స్టాఫ్. టైంకు వస్తున్నారు. టైంకు వెళుతున్నారు. ఒక్కక్షణం కూడా

వృధా చెయ్యటం లేదు. అన్ని ఫైల్స్ చకచక కదులుతున్నాయి. పెండింగ్ వర్క్ అంటు ఏం లేదు.

ఆ రోజు కొంచం పెందళాడే ఇంటికి వచ్చింది జాహ్నవి. చాల విసుగా ఉంది ఆమెకు. కారణం ప్రత్యేకంగా ఏం లేదు. రోజు రొటిన్ పనితో విసిగిపోయింది. కొంచం రిఫ్రెష్ అవ్వాలనిపించింది. ఏదైన సినిమాకు వెళ్ళి రిలాక్స్ అవుదామని అనుకుంది. సిటిలో ఏం సినిమాలు ఆడుతున్నాయో చూసింది. ఒక ఇంగ్లీష్ సినిమా కనిపించింది. దాని పేరు ది డయరీ ఆఫ్ ఆనీ ఫ్రాంక్.

అది చాల పాత సినిమా. అంతకుముందు అది నవలగా వచ్చింది. దాన్ని చదవింది జాహ్నవి. అది అనుకోకుండ జరిగింది. ఒక రోజు ఆఫీసునుంచి వస్తోంది జాహ్నవి. పేవ్ మెంట్ మీద పాత పుస్తకాలు కనిపించాయి. వాటిలో మంచి పుస్తకం కోసం వెతికింది. అప్పుడే ది డైరీ ఆఫ్ ఆనీ ఫ్రాంక్ కనిపించింది. క్యాజువల్ గా తీసి చూసింది. వెనుక ఆ నవల కథ టూకీగా ఉంది. అది జాహ్నవికి బాగా నచ్చింది. పది రుపాయలు ఇచ్చి కొనుక్కుంది.

ఇంటికి వచ్చిన తరువాత తీరికగా రాత్రి చదివింది. అది ఒక పద్నాలుగు సంవత్సరాలు అమ్మాయి రాసిన డైరీ. రెండవ ప్రపంచం యుద్ధంలో నాజీలు జైత్రయాత్ర చేస్తున్నారు. ఒక్కోక్కోదేశాన్ని ఆక్రమించుకుంటు ముందుకు సాగుతున్నారు. అప్పడు యానీ ఫ్రాంక్ కు పద్నాలుగు సంవత్సరాలు. వాళ్ళు కుటుంబం యూదుజాతికి చెందినవారు. యూదులను హిట్లర్ దారుణంగా చంపుతున్న సమయం అది. వాళ్ళ బారినుంచి తప్పించుకోవాలని యానీ ఫ్రాంక్

ఆమె కుటుంబం ఒక బిల్డింగ్ లో అటక మీద దాక్కుంటారు. ప్రతి క్షణం బిక్కు బిక్కు మంటు కాలం గడుపుతారు. ప్రాణాలు అరచేతిలో పెట్టుకుని కాలం గడుపుతుంటారు.

ఆ సమయంలోనే యానీ ఫ్రాంక్ డైరీ రాయటం మొదలుపెడుతుంది.తమ కష్టాలు కన్నీళ్ళు అన్ని తేదిలా వారిగా రాస్తుంది. ఏ రోజు ఎలా బతికింది వివరంగా రాస్తుంది. ఆటకమీద దాదాపు సంవత్సరం గడుపుతారు. అయిన నాజీల నుంచి తప్పించుకోలేకపోతారు. ఆమె తండ్రి ఫ్రెండ్ వల్ల వాళ్ళ ఉనికి నాజీలకు తెలిసిపోతుంది. నాజీలు వచ్చి వాళ్ళను తీసుకుని డెత్ క్యాంపులో పెడతారు.

ఆ డైరీ చదివి జాహ్నవి విపరీతంగా కదిలిపోతుంది. ఎప్పుడైన భర్త గుర్తుకువచ్చినప్పుడు ఆమె మూడ్ పోతుంది. ఒక్కసారిగా డిప్రెషన్ లోకి వెళ్ళిపోతుంది. ప్రియతో కూడా ఎక్కువగా మాట్లాడదు. మౌనంగా గదిలో కూర్చుంటుంది. శూన్యంలోకి చూస్తుంది. ప్రియ తల్లిని ఆ టైంలో పలకరించదు. చాల సేపు భర్త గురించి ఆలోచిస్తూఉండటం వల్ల జాహ్నవికి నిద్రపట్టదు. అప్పుడు యానీ ఫ్రాంక్ పుస్తకం తీసి చదువుతుంది.

అది చదువుతుంటే మళ్ళి మాములు పరిస్థితిలోకి వచ్చేస్తుంది జాహ్నవి. ఒక పెద్ద గీత చిన్న గీతను డామినెట్ చేస్తుంది. అలాగే పెద్ద సమస్య చిన్న సమస్యను అదిగమిస్తుంది. ఒకసారి మహా రచయిత షేక్స్ పియర్ తన కాళ్ళకు మంచి బూట్లు లేవని బాధపడుతుంటే రోడ్డు మీద కాళ్ళు లేని వాడు అతనికి కనిపించాడు. దాంతో తన

విచారం పూర్తిగా మరిచిపోయాడు.

అదే జాహ్నవికి జరిగింది. పుస్తకం చదివిన తరువాత ఆమె తన కష్టాలను మరిచిపోయింది. ఎప్పుడు బాధ కలిగిన ఆ పుస్తకం చదువుతుంది. ఇప్పుడే అదే నవల సినిమాగా వచ్చింది. అందుకే తప్పకుండ చూడాలని అనుకుంది. పేపర్ తీసుకుని ప్రియ గదిలోకి వెళ్ళింది. అప్పుడే ప్రియ లెక్కలు పూర్తిచేసి బ్యాగ్ సర్దుకుంటుంది.

!ప్రియ గురించి భయపడకు అమ్మా. తను తప్పకుండ లెక్కలలో మంచి మార్కులు తెచ్చుకుంటుంది!అన్నాడు

రమణ.

!నాకు అంతకంటే ఇంకేం కావాలి. ఆయన కోరిక కూడా నెరవేరుతుంది!అంది జాహ్నవి.

!ఈ రోజు ఆఫీసు నుంచి పెందళాడే వచ్చేశావు. ఒంట్లో బాగాలేదా !అడిగాడు రమణ.

!నేను బాగానే ఉన్నాను. రోజు ఆఫీసు పనితో విసిగిపోయాను. కొంచం రిలాక్స్ అవ్వాలని పించింది. అందుకే ప్రియాను తీసుకుని సినిమాకు వెళుతున్నాను!అంది.

టిఫిన్ కాఫీ తీసుకున్న తరువాత ప్రియను తీసుకుని సినిమాకు బయలుదేరింది. అది పాత సినిమా. పైగా ఇంగ్లీష్ సినిమా. పెద్దగా రష్ గా లేదు. అక్కడక్కడ కొన్ని జంటలు మాత్రం కనిపించాయి. సినిమా చాల బాగుంది. ప్రియకు కూడా బాగా నచ్చింది. క్లైమాక్స్ చాల

విషాదంగా ముగుస్తుంది. ప్రియ తట్టుకోలేకపోయింది. దాదాపు ఏడ్చి నంత పనిచేసింది.

27

భోజనం చేసిన తరువాత జాహ్నవి పడుకుంది. ప్రియ కూడా నిద్రపోవటం చూశాడు రమణ. తలుపులు బయటనుంచి లాక్ చేసుకుని బయలుదేరాడు. అతను యస్ పి బంగళా చేరుకునేసరికి దాదాపు పన్నెండు గంటలు కావస్తోంది. చుట్టు చీకటి అలముకుంది. పరిసరాలన్ని నిర్మానుష్యంగా ఉన్నాయి. మెయిన్ గేటు దగర యధాప్రకారం సెక్యురిటి ఉన్నాడు. రమణను చూసి నమస్కారం చేసి గేటు తెరిచాడు. సైకిల్ ను తీసుకుని లోపలికి వెళ్ళాడు రమణ. కారిడార్ లో సైకిల్ పెట్టి లోపలికి వెళ్ళాడు.

హాలులో ఎదురుపడింది మీనాక్షి. ఆమె మొహంలో బాధ విచారం కొట్టొచ్చినట్టు కనిపిస్తోంది.

!ఏం జరిగిందమ్మా అలా ఉన్నావు!అడిగాడు రమణ.

!శృతి చాల బాధపడులోంది!అంది మీనాక్షి.

!ఎందుకమ్మా ఏం జరిగింది?

!మీరే వెళ్ళి అడగండి!అని వెళ్ళిపోయింది మీనాక్షి.

ఏం కొంప మునిగిందిరా అనుకుంటు పైకి వెళ్ళాడు రమణ. తన గదిలో టేబుల్ ముందు కూర్చుని ఉంది శృతి. దీక్షగా లెక్కలు ప్రాక్టిస్ చేస్తోంది.

రమణను చూడగానే పాప మొహం వికసించింది.

!వచ్చావా తాతయ్యా. ఇంకా రాలేదని కంగారుపడుతున్నాను!అంది.

!చెప్పిన తరువాత రాకుండ ఎలా ఉండగలను. నిన్న చెప్పిన లెక్కలు చేశావా!అడిగాడు.

!చేశాను. జవాబులు అన్ని సరిగ్గా వచ్చాయి.!

!ఏది నన్ను చూడనీ!అని ఆమె పక్కన కూర్చున్నాడు రమణ. శృతి ఇచ్చిన పుస్తకం తీసి చెక్ చేశాడు. ఒక్కొక్కో స్టెప్ చూశాడు. అన్ని రూల్స్ ప్రకారం చేసింది శృతి.

!కరెక్టుగా చేశావు. పరీక్షలో కూడా ఇలాగే చెయ్యి. తప్పకుండ వందమార్కులు వస్తాయి.!

!అదే నా టార్గెట్ తాతయ్య.

!సరే ఈ రోజు పాఠం చెప్తాను. పుస్తకం తియ్యి.!

దాదాపు రెండు గంటలు చెప్పాడు రమణ. రెండు సార్లు రివైజ్ చేయించాడు. అన్ని లెక్కలు సరిగ్గా చేసింది శృతి.

!నేను బయలుదేరుతాను పాప. రేపు మళ్ళీ వస్తాను!అన్నాడు.

!నువ్వు వెళ్ళటానికి వీలులేదు తాతయ్య. ఇక్కడే ఉండిపో!అంది శృతి.

!లేదమ్మా. నేను వెళ్ళాలి. మళ్ళీ రేపు వస్తానుగా.!

!ఇంకా ఎన్ని రోజులు ప్రియ వాళ్ళింట్లో ఉంటావు. ఇక్కడే ఉండు తాతయ్య. నువ్వు లేకుండ ఉండలేకపోతున్నాను!అని రమణను చుట్టుకుపోయింది శృతి.

ఏం చెప్పాలో తోచలేదు రమణకు. తనకు ఒక బాధ్యత ఉందని అది

ఇంకా పూర్తికాలేదని త్వరలోనే పూర్తి అవుతుందని ఎలా చెప్పగలడు. ఆ చిన్నమనస్సు అర్థంచేసుకుంటుందా

!ఇంకా నెలరోజులు ఓపికపట్టు. తరువాత శాశ్వతంగా ఇక్కడే ఉండిపోతాను.!

!అంతవరకు నేను ఆగలేను తాతయ్య. నిన్ను వెళ్ళనివ్వను!అని రమణను గట్టిగా పట్టుకుంది. చలించిపోయాడు రమణ. శృతిని ఆప్యాయంగా దగ్గరకు తీసుకున్నాడు.

!నా మాట విను శృతి. నువ్వు నాకు ఎలోగో ప్రియ కూడా అంతే. మీ ఇద్దరు నాకు రెండు కళ్ళు. ఇంకా నెలరోజులు ఓపికపట్టు. తరువాత ఇక్కడే ఉంటాను. మీ పరీక్షలు పూర్తయిన తరువాత నాకే బాధ ఉండదు. సరేనా!

!నిజంగా నెలరోజుల తరువాత వచ్చేస్తావా బేలగా అడిగింది శృతి.

!నిన్ను వదిలి ఎక్కడికి వెళతాను. తప్పకుండ వస్తాను.ఇంకేం మనస్సులో పెట్టుకోకు. పూర్తిగా చదువు మీద నీ దృష్టిని పెట్టు. అప్పుడే నువ్వు అనుకున్నది సాధించగలవు!అన్నాడు రమణ.

ఆమాటలతో తేరుకుంది శృతి.

!సరే వెళ్ళి తాతయ్య. రేపు రావాలి!అంది.

!తప్పకుండ వస్తాను. గుడ్ నైట్!అన్నాడు రమణ.

!గుడ్ నైట్ అంటు మంచంమీద పడుకుంది శృతి.

ఆమె మీద దుప్పటి కప్పాడు రమణ. తరువాత లైటు ఆర్పి గదిలోంచి బయటకు వచ్చాడు. తలుపు పక్కన మీనాక్షి కనిపించింది.

!అమ్మాయి శృతికి ఏం ఫర్వాలేదు. ఎలోగో సముదాయించాను.

నిన్ను ఇబ్బంది పెట్టదు. నేను వస్తాను. అబ్బాయి ఏం చేస్తున్నాడు!అడిగాడు రమణ.

!స్టడి రూమ్ లో ఇన్స్ పెక్టర్ తో మాట్లాడుతున్నారు. పిలవమంటారా!అంది మీనాక్షి.

!వద్దమ్మా. అనవసరంగా ఇబ్బంది పెట్టకు. రేపు ఎలాగు వస్తానుగా. అప్పుడు కలుసుకుని తీరికగా మాట్లాడతాను. ఇప్పుడు నేను బయలుదేరుతాను!అన్నాడు రమణ.

!ఒక ప్రశ్న అడుగుతాను. ఏం అనుకోరు కదా మామయ్య!అంది మీనాక్షి.

!ఏం అనుకోను. నిర్భయంగా అడుగు!అన్నాడు రమణ.

!ఇంకా ఎంత కాలం చెయ్యని నేరానికి శిక్ష అనుభవిస్తారు! సూటిగాఅడిగింది.

!ఇంకో నెలరోజులు అమ్మా. టెన్త్ క్లాసు పరీక్షలు పూర్తి అవతాయి.దాంతో నా బాధ్యత కూడా తీరిపోతుంది. ఆ తరువాత నాకు ఏ సమస్యలు లేవు. తిన్నగా ఇక్కడికే వచ్చేస్తాను!అన్నాడు.

!ఇదంతా మా వల్లే. చేసింది మేము. శిక్ష అనుభవిస్తుంది మీరు!అంది మీనాక్షి. ఆమె కళ్ళలో నీళ్ళు చిప్పిల్లాయి.

!ఛ ఊరుకో తల్లి. అనవసరంగా బాధపడకు. ఇది నాకు నేనుగా విధించుకున్న శిక్ష. ఎవరి ప్రమేయం ప్రోదల్బం లేదు. దయచేసి విచారించకు. ఇంకో నెలరోజులు ఓపికపట్టు. అంతా సర్దుకుంటుంది. నేను బయలుదేరుతాను. రేపు వస్తాను గుడ్ నైట్ !అన్నాడు రమణ.

28

నేను ఆఫీసుకు వెళుతున్నాను బాబాయ్!అంది జాహ్నవి.

!అలాగే వెళ్ళిరా. ఆలస్యం అయితే నాకు కాల్ చెయ్యి!అన్నాడు రమణ.

!అలాగే వస్తాను !అని ఇంట్లోంచి బయటకు వచ్చింది. స్కూటి మీద కూర్చుని స్టార్ట్ చేసింది. స్కూటి వేగంగా ఆఫీసు వైపు దూసుకుపోయింది. ఆమె ఆఫీసుకు వెళ్ళేసరికి అంతా హడావిడిగా ఉంది. స్టాఫ్ అంతా గుంపుగా నిలబడి ఏదో మాట్లాడుకుంటున్నారు. జాహ్నవికి ఏం అర్ధంకాలేదు.

!ఏం జరిగింది!అని ఒక స్టాఫ్ ను అడిగింది.

!మీకు ఇంకా తెలియదా!అందామె.

!తెలియదు. ఏం జరిగింది!

!మన బాస్ విశాల్ గారు ఆత్మహత్య చేసుకున్నారు!చావు కబురు చల్లగా చెప్పింది ఆమె.

ఒక సునామి అలతాకినట్టు కదిలిపోయింది జాహ్నవి. పిచ్చిదానిలా చూసింది.

!ఎప్పుడు జరిగింది!మెల్లగా అడిగింది.

!బాస్ ఈ రోజు ఉదయం ఆరుగంటలకు బెంగుళూరు నుంచి వచ్చారు. వంటవాడు ఇచ్చిన కాఫీ తాగి బెడ్ రూంలోకి వెళ్ళాడు. బాస్ వచ్చిన విషయం మేనేజర్ తెలుసుకుని ఆయనను కలుసుకోవటానికి ఇంటికి వెళ్ళాడు. నాలుగు సార్లు పిలిచారు. బాస్ పలకలేదు. కనీసం చిన్న రెస్పాన్స్ లేదు. ఫైల్స్ తీసుకుని బెడ్ రూంలోకి వెళ్ళాడు. మంచం మీద అస్తవ్యస్తంగా ఉన్నారు బాస్. పక్కన నిద్రమాత్రల సీసాకనిపించింది. మేనేజర్ కంగారుపడ్డాడు. వెంటనే అంబులెన్స్ కు కాల్ చేశాడు. ఇప్పుడు హాస్పటల్ లో ట్రీట్ మెంట్ తీసుకుంటున్నారు. అందరం చూడటానికి వెళుతున్నాం. నువ్వు కూడా వస్తావా !అడిగింది. !వస్తాను. ఆయనమాత్రం నాకు బాస్ కాదా!అంది పేలవంగా జాహ్నవి. అందరు తమ తమ వాహనాలలో బయలుదేరారు. మేనేజర్ హాస్పటల్ పేరు అడ్రస్సు వివరంగా చెప్పాడు. స్కూటి వేగంగా వెళుతోంది. జహ్నవి మనస్సు స్తబ్ధుగా ఉంది. మనసంతా కలచినట్టుగా ఉంది. ఈ పరిణామం ఆమె ఎంత మాత్రం ఊహించలేదు. విశాల్ ఇంత పిరికివాడని అనుకోలేదు. బాగా చదువుకున్నాడు. పైగా పెద్ద పోస్ట్ లో ఉన్నాడు. కాని ఒక సరాసరి మనిషిలా ప్రవర్తించాడు. జరిగింది మాములు విషయం కాదు. ఇప్పటికే అతని గురించి పుకార్లు మొదలై ఉంటాయి. అతని పరిస్థితికి తను కారణం అని ఇంకా ఎవరికి తెలియదు. ఒక వేళ తెలిస్తే అంత కంటే అవమానం ఇంకేం ఉండదు. అందరు ఆమెనే నిందిస్తారు. అనరాని మాటలు అంటారు. అసలు నిజం ఏమిటో తెలుసుకోవటానికి ప్రయత్నించరు.

హాస్పటల్ చేరుకునేంతవరకు అన్యమనస్కంగా ఉండిపోయింది

జాహ్నవి. విశాల్ ను రెండో ఫ్లోర్ లో స్పెషల్ వార్డ్ లో చేర్చారు. అక్కడ అప్పటికే చాల మంది స్టాఫ్ చేరుకున్నారు. మేనేజర్ కూడా ఉన్నాడు. హడావిడిగా అటుఇటు తిరుగుతున్నారు. ఎవ్వరితో కలవకుండ ఒక పక్కగా నిల్చుంది జాహ్నవి. ఆమె మొహంలో పూర్తిగా కళ ఇంకిపోయింది. అందరు విశాల్ గురించి మాట్లాడుకుంటున్నారు. అతను ఆత్మహత్య చేసుకోవటానికి కారణాలు వెతుకుతున్నారు.

!ఇది లవ్ ఎఫైర్ అందులోసందేహం లేదు!అంది ఒక లైటి ఎంప్లాయి.

!నీకు ఎలా తెలుసు! అడిగాడు ఒక మేల్ స్టాఫ్.

!ఒక మగవాడు ఆత్మహత్య చేసుకోవటానికి రెండు కారణాలు ఉంటాయి !అందామే. ఒకటి నిరుద్యోగం ఇంకోకటి ప్రేమ విఫలం. మన బాస్ బాగా చదువుకున్నారు. పెద్ద ఉద్యోగం చేస్తున్నాడు. పైగా అందంగా స్మార్ట్ గా ఉంటాడు. కనుక ఆయన సమస్యఉద్యోగం కాదు. బహుశా రెండోది అయిఉంటుంది.ఆయన ఎవరినో ప్రేమించి ఉంటారు. ఆమె కాదని అని ఉంటుంది దాంతో మనస్సు విరిగి ఆత్మహత్య చేసుకుని ఉంటారు.!

!నిజంగా ఆయన ప్రేమించి ఉంటే ఆ అమ్మాయి తప్పకుండ ఒప్పుకుని ఉండేది. మన బాస్ కు ఏం తక్కువ. ఒక పెళ్ళికాని అమ్మాయికి ఏం కావాలో అన్ని మన బాస్ లో ఉన్నాయి. అలాంటప్పుడు ఆయనను ఎవరు కాదంటారు!అనుమానం వెలిబుచ్చాడు అతను.

!ఇది ఖచ్చితంగా ప్రేమ వ్యవహారమే. అందులో సందేహం లేదు. దానికి కారకులు ఎవరైన కాని వాళ్ళుమాత్రం హాయిగా ఉండరు. ఇంతకుఇంత అనుభవించి తీరుతారు!

ఈ సంభాషణ మిగత వాళ్ళు కూడా విన్నారు. అందరు వాళ్ళ దగ్గరకు చేరారు. తలో మాట అన్నారు. అందరు ఆ అమ్మాయి గురించి నానా మాటలు అంటున్నారు. ఇష్టంవచ్చినట్టు తిడుతున్నారు. దూషిస్తున్నారు. వాళ్ళ పక్కనే ఉంది జాహ్నవి. వాళ్ళ మాటలు అన్ని వినిపిస్తున్నాయి. ఒక్కొక్క మాట ఆమె గుండెల్లో దూసుకుపోతుంది. తట్టుకోలేకపోతుంది. ఒక్కసారిగా గట్టిగా ఏడ్వాలని ఉంది. విశాల్ ఆత్మహత్యకు తనకు సంబంధం లేదని గట్టిగా చెప్పాలనిపించింది.

మేనేజర్ గదిలోంచి హడావిడిగా బయటకు వచ్చాడు. అతని మొహం ఆనందంలో వెలిగిపోతుంది.

!భయపడవలసిన పని లేదు. సార్ కు ప్రమాధం తప్పింది. ప్రస్తుతం ఆయన గాఢంగా నిద్రపోతున్నారు. డాక్టర్ సెడిటివ్ ఇచ్చాడు. ఇంకో నాలుగుగంటల వరకు లేవరు. మీరు ఇంకా వెళ్ళండి. చాల ద్యాంక్స్ మీకు!అన్నాడు.

అందరు తేలికగా నిటుర్చారు.

జాహ్నవి హమ్మయ్య అనుకుంది.తరువాత అందరు ఆఫీసుకు బయలుదేరారు. అందరు తమ తమ పనులలో మునిగిపోయారు. జాహ్నవి కూడా జరిగింది తాత్కాలికంగా మరిచిపోయింది. డ్యూటిలో నిమగ్నమైంది.

!నిజంగానే ఆమె బాస్ ను కాదని చెప్పి ఉంటుందా!అంది పద్మ.

!ఏమో నాకు మాత్రం ఏం తెలుసు!అంది నిర్లిప్తంగా జాహ్నవి.

ఇప్పుడే జరిగింది మరిచిపోతుంది జాహ్నవి. మళ్ళి ఆదే విషయాన్ని

పద్మ గుర్తుకుచేస్తోంది. చిరాకుగా చూసింది.

పద్మ ఆ విషయం పట్టించుకోలేదు. ఏదో ట్రాన్స్ లో ఉన్నట్టుగా చెప్పుకుపోతుంది.

!మన బాస్ ఇష్టపడింది ఎవరో తెలియదు. కాని ఆమె చాల తప్పుచేసింది. బాస్ లాంటి భర్త ఎవరికి దొరకడు. పూర్వజన్మలో పుణ్యం చేసుకుంటే కాని అలాంటి మంచి మొగుడు దొరకడు. అలాంటిది ఆమె తేలికగా విడిచిపెట్టేసింది. కాదని పొమ్మంది. చాల మూర్ఖంగా ప్రవర్తించింది. అదే నేను ఆమె స్థానంలో ఉంటే అలాంటి పని చేసేదాన్ని కాదు. ఎగిరి ఒప్పుకునేదాన్ని. కాని నాకు ఆ అవకాశం దక్కలేదు. ఏం చేస్తాం. అంతా నా ఖర్మ.

!ఆ అమ్మాయి చెడ్డదన్ని మనం ఎలా చెప్పగలం. ఆమెకు ఏ సమస్యలు ఉన్నాయో. ఏ పరిస్థితిలో అతన్ని కాదన్నదో!అంది జాహ్నవి గంభీరంగా.

!సమస్యలు అందరికి ఉంటాయి. సమస్యలు లేనిది ఎవరికి. అంతమాత్రాన్న వచ్చిన అవకాశాన్ని ఎవరైన వదులుకుంటారా.

!అంటే ఆ అమ్మాయి కావాలని అలా చేసిందంటావా?

!కావాలని చేసిందో తెలియక చేసిందో నేను చెప్పలేను. కాని ఒక విషయం మాత్రం స్పష్టంగా చెప్పగలను. ఆ అమ్మాయికి ప్రాక్టికల్ నాలేడ్జి తక్కువ. బహుశా భవిష్యత్తు గురించి ఆలోంచలేదనుకుంటాను. ఆలోచించి ఉంటే అతన్ని ప్రపోజల్ ను ఒప్పుకునేది. ఈ పాటికి పెళ్ళిచేసుకుని అతనితో హనీమూన్ కు వెళ్ళేది!అంది పద్మ నిర్లిప్తంగా.

జాహ్నవి ఏం మాట్లాడలేదు. దాంతో ఆ ప్రసక్తి అక్కడే ఆగిపోయింది. సాయంత్రం వరకు పనిలో పడిపోయింది జాహ్నవి. ఫైల్స్ అన్ని అప్ డేట్ చేసింది. వాటిని విశాల్ చాంబర్స్ లో పెట్టింది. అప్పుడే మేనేజర్ వచ్చాడు.

!ఎవరు కంగారుపడకండి. బాస్ పూర్తిగా కోలుకున్నారు. రేపటినుంచి ఆఫీసుకు వస్తారు. మీ ఫైల్స్ అన్ని సిద్ధం చేసి ఆయన టేబుల్ మీద పెట్టండి!అన్నాడు.

హమ్మయ్య అనుకుంది జాహ్నవి. కాని మిగతవాళ్ళు ఉద్వేకంలో నలిగిపోయారు. చాల రోజులనుంచి విశాల్ ఆఫీసుకు రావటం లేదు. అందుకే ఎవరు పని సరిగ్గా చెయ్యటం లేదు. అందరి దగ్గర ఫైల్స్ పెండింగ్ లో ఉండిపోయాయి. ఇప్పుడు ఈ బాంబులాంటి వార్త వాళ్ళను అతలాకుతలం చేసింది.అందరు ఇంటికి వెళ్ళకుండ తమ సీటులోకి చేరుకున్నారు. జాహ్నవికి ఆ సమస్య లేదు. మొదటినుంచి ఆమె ఒక ప్లాన్ ప్రకారం పనిచేసింది. ప్రతిది ఒక క్రమపద్ధతిలో పెడుతుంది. కేవలం జీతం కోసం పని చెయ్యదు ఆమె. పనికోసం పనిచేస్తుంది. అందుకే పెండింగ్ వర్క్ అంటు ఏం ఆమె దగ్గర ఉండదు. మేనేజర్ కు చెప్పి ఇంటికి బయలుదేరింది. మద్యలో మార్కెట్ కు వెళ్ళింది. ప్రియకు ఇష్టమైన స్విట్ కారాలు తీసుకుని ఇంటికి చేరుకుంది.ఆమె ఇంట్లోకి అడుగుపెట్టేసరికి ఆరుగంటలు కావస్తోంది. చలి కాలం కావటం వల్ల తొందరగా చీకటిపడిపోయింది. గాలి చల్లగా వీస్తోంది.

!బాబాయ్ ఇవిగో స్వీట్స్ కారాలు. ప్రియకు ఇష్టమైనవి

తీసుకువచ్చాను. రాత్రి ఇవ్వండి!అంది.

!అలాగే. ఒక విషయం అడవచ్చా!అడిగాడు రమణ.

!ఏమిటి?

!నేను విన్నది నిజమేనా?

!మీరే ఏ విషయం అడుగుతున్నారు!అంది జాహ్నవి.

!మీ బాస్ ఆత్మహత్య చేసుకున్నాడంట కదా!అది నిజమేనా.!

!ఈ విషయం మీకు ఎలా తెలుసు! అడిగింది ఆశ్చర్యంగా జాహ్నవి.

!పోలీసులు చెప్పారు!

!వాళ్ళు మీకు చెప్పారా!అంది జాహ్నవి.

!అవును. నువ్వు ఆఫీసుకు వెళ్ళిన తరువాత నాకు కాల్ వచ్చింది. తను ఇన్స్ పెక్టర్ ను మాట్లాడుతున్నానని విశాల్ ఆత్మహత్యచేసుకున్నాడని చెప్పాడు. నేను కంగారుపడ్డాను. అసలు ఏం జరిగిందని అడిగాను. విశాల్ ఆత్మహత్యచేసుకున్నాడని అందువల్ల అతను హాస్పటల్ లో ట్రీట్ మెంట్ తీసుకుంటాడని చెప్పాడు. ఈ విషయం హాస్పటల్ డాక్టర్స్ అతనికి చెప్పారు. రొట్టిన్ గా ఇన్ వెస్టిగేట్ చేస్తున్నామని అందుకే కాల్ చేశానని చెప్పాడు. ఈ విషయం నాకు తెలుసు. పోలీసు రూల్స్ ప్రొసిజర్స్ నాకు కొంత తెలుసు. అందుకే పెద్దగా పట్టించుకోలేదు!అన్నాడు రమణ.

!నిజమే బాబాయ్. మా స్టాఫ్ అంతా హాస్పటల్ కు వెళ్ళి చూసి వచ్చాం!అంది జాహ్నవి.

!ఇప్పుడు ఎలా ఉంది?

!గండం తప్పింది. పూర్తిగా కోలుకున్నారు. రేపు ఆఫీసుకు

వస్తున్నారు.!

!పోనిలే అమ్మా. ఎవరినో ప్రేమించిఉంటాడు. అది విఫలమైఉంటుంది. భరించలేక ఆత్మహత్యకు ప్రయత్నించి ఉంటాడు!అన్నాడు రమణ.

!ప్రేమ అని ఎందుకు అనుకోవాలి. ఇంకో కారణం ఉండకూడదా!తడబడుతూ అంది జాహ్నవి.

!వేరే సమస్యలు అతనికి ఏం ఉంటాయి. చదువు ఉంది అందం ఉంది. మంచి ఉద్యోగం ఉంది. మగవాడికి ఇంత కంటే ఇంకేం కావాలి. ఏ అమ్మాయి అయిన అతన్ని చూస్తే తప్పకుండ ఇష్టపడుతుంది. పెళ్ళిచేసుకోవటానికి ముందుకు వస్తుంది. కాని ఆ అమ్మాయి ఎందకుఇష్టపడలేదో అర్ధంకాలేదు. అదే ఆశ్చర్యంగా ఉంది.!

జాహ్నవి ఏం మాట్లాడలేదు. మౌనంగా ఉండిపోయింది. అందరు ఇదే మాట అంటున్నారు. చివరకు రమణ అనుమానం కూడా ఇదే కావటం కొంచం ఇబ్బంది కలిగించింది జాహ్నవికి.

29

!!మేడం సార్ మిమ్మల్ని పిలుస్తున్నారు!అన్నాడు అటెండర్.

!ఎందుకు?అడిగింది జాహ్నవి.

అప్పుడే ఆమె ఆఫీసుకు వచ్చింది. సీట్లో కూర్చుని ఒక ముఖ్యమైన ఫైలు చూస్తోంది. విశాల్ చాంబర్స్ లో ఉన్న విషయం ఆమెకు తెలియదు. బహుశా తన కంటే ముందే వచ్చి ఉంటాడు.

!నాకు తెలియదమ్మా. మిమ్మల్ని ఉన్న ఫళంగా రమ్మని చెప్పారు!అని వెళ్ళిపోయాడు అటెండర్.

చూస్తున్న ఫైలు మూసి విశాల్ చాంబర్స్ లోకి వెళ్ళింది.

దర్జాగా కూర్చుని ఉన్నాడు విశాల్. అతని మొహం మామూలుగానే ఉంది. బాడి లాంగ్వేజ్ కూడా చాల సహజంగా ఉంది.కొన్ని గంటలముందు అతను ఆత్మహత్య చేసుకోవటానికి ప్రయత్నించాడు. అదృష్టవశతు ప్రాణాలతో బయటపడ్డాడు. అతని పరిస్థితిలో ఇంకేవరైన ఉంటే తట్టుకోలేకపోయేవారు. ఇంకా కొన్నిరోజులు విశ్రాంతి తీసుకునేవారు. కాని విశాల్ అలా చెయ్యలేదు. కోలుకున్నవెంటనే ఆఫీసుకు వచ్చేశాడు. పైగా చాల మామూలుగా ప్రవర్తిస్తున్నాడు. ఆ చేదు సంఘటన ప్రభావం తన మీద పడకుండ జాగ్రర్తపడ్డాడు.

!కూర్చోండి మేడం!అన్నాడు నవ్వుతూ.

ఇబ్బంది పడుతునే కూర్చుంది జాహ్నవి.

!మీకు ఒక శుభవార్త చెప్పాలని పిలిచాను!అన్నాడు.

ఏమిటా అన్నట్టుగా చూసింది.

!ప్రతి సంవత్సరం డిసిప్లిన్డ్ ఎంప్లాయి ని సెలక్ట్ చేసి హెడ్ ఆఫీసుకు పంపించటం అలవాటు. ఈ సంవత్సరం ముగ్గురి పేర్లను పంపించాను. ఈ రోజే హెడ్ ఆఫీసునుంచి మెసెచ్ వచ్చింది. ఆ ముగ్గురిలో ఒకరిని సెలక్ట్ చేశారు.!

ఈ విషయం తనకు ఎందుకు చెప్పుతున్నాడా అనుకుంది జాహ్నవి.

!అది ఎవరో కాదు మేడం మీరే. ఈ సంవత్సరం ఆ గౌరవం మీకు దక్కింది. కంగ్రాట్స్. ఈ విషయం చెప్పటానికే పిలిచాను!అన్నాడు విశాల్.

ఆశ్చర్యం ఆనందం కలిసికట్టుగా ఆమెను కుదిపేశాయి. !

ఏం మాట్లాడలేకపోయింది. గొంతుకు ఏదో అడ్డంపడినట్టు మాటలు పెగిలిరాలేదు. బొమ్మలా ఉండిపోయింది. సాధించింది తక్కువ కాదు. ఈ పురస్కారం అందుకోవటం మాములు విషయం కాదు. దీనికోసం చాల మంది పోటి పడుతుంటారు. కష్టపడి పనిచేస్తుంటారు. అలాంటిది ఈ గౌరవం ఆమెకు దక్కింది. ఇది నిజంగా షాక్ కలిగించే వార్త.

ఆమె పరిస్థితిని అతను గ్రహించాడు. కాని గ్రహించనట్టుగానే ఉండిపోయాడు. తన దోరణిలో తాను సాగిపోయాడు.

!ఎల్లుండి హెడ్ ఆఫీసునుంచి అధికారులు వస్తున్నారు. స్వయంగా వాళ్ళే మీకు సన్మానం చేసి నగదు బహుమతి ఇరవైవేలు ఇస్తారు. ఆ

శుభకార్యం చాల బాగా జరగాలి. గొప్ప పురస్కారం అందుకుంటున్నందుకు మిమ్మల్ని మనసారా అభినందిస్తున్నాను. బెస్ట్ ఆఫ్ లక్. భవిష్యత్తులో కూడా మీరు ఇంకా చాల పురస్కారాలు అందుకోవాలని కోరుకుంటున్నాను. ఇక మీరు వెళ్ళవచ్చు!అన్నాడు.

జాహ్నవి ఈ లోకంలో లేదు. ఒక రకమైన ట్రాన్స్ లో ఉన్నట్టు గదిలోంచి బయటకు వచ్చింది. నిద్రలో నడుస్తున్నదానిలా తన సీటులోకి వెళ్ళి కూర్చుంది.

!ఏం జరిగింది. ఎందుకు పిలాచాడు గురుడు!అడిగింది మెల్లగా పద్మ.

చెప్పాలని నోరుతెరవబోయింది. తరువాత చప్పున మూసుకుంది. ఇప్పుడే చెప్పటం మంచిది కాదు. ఇంకా కొన్ని క్షణాలలో అందరికి తెలుస్తుంది. విశాల్ వచ్చి అనౌన్స్ చేస్తాడు. అంతవరకు సస్పెన్స్ ఉండనీ!అనుకుంది జాహ్నవి.

అందుకే !ఏం లేదు రొటిన్ ఆఫీసు పని!అంది జాహ్నవి.

నిజమే అనుకుంది పద్మ. అందుకే రెట్టించలేదు.

జాహ్నవి ఊహించింది నిజమైంది. పావు గంట తరువాత విశాల్ తన చాంబర్స్ లోంచి వచ్చాడు. హాలులో నిలబడి అందరివైపు నవ్వుతూ చూశాడు. అందరు తమ పని మానేసి అతని వైపు చూశారు.

!మీకు ఒక శుభవార్త. ఈ సంవత్సరం ఎఫిషియంట్ ఎంప్లాయి గా మిసెస్ జాహ్నవి గారు సెలక్ట్ అయ్యారు. ఎల్లుండి మన ఆఫీసులో ఫంక్షన్ జరగబోతుంది. హెడ్ ఆఫీసునుంచి చెయిర్మన్ గారు వచ్చి జాహ్నవిగారిని సత్కరిస్తారు. ఆ రోజు అందరికి సెలవు. సాయంత్రం ఆరుగంటలకు ఫంక్షన్ మొదలవుతుంది. మీరంతా రావాలి.

కుంటిసాకులు చెప్పి తప్పించుకోవటానికి ప్రయత్నించకండి!అన్నాడు.

ఒక క్షణం పాటు హాలలో పిన్ డ్రాప్ సైలెన్స్ అలుముకుంది.

అందరు జాహ్నవి వైపు చూశారు. కొందరి మొహంలో ఆశ్చర్యం కనిపించింది. కొందరి మొహంలో ఆసూయ కనిపించింది. చాల మందిలో మాత్రం మెచ్చుకోలు కనిపించింది.

క్షణం గడిచింది. అంతే హాలంతా ఒక్కసారిగా చప్పట్లతో మార్మోగిపోయింది.

రాత్రి ఎనిమిది గంటలు కావస్తోంది. జాహ్నవి ప్రియ భోజనం చేస్తున్నారు. రమణ వడ్డిస్తున్నాడు. గంట ముందే ఇంటికి వచ్చింది జాహ్నవి. వచ్చిరావటంతోనే తన పురస్కారం గురించి రమణకు ప్రియకు చెప్పింది.

!చాల మంచి వార్త చెప్పావు. నీ కష్టానికి నిజాయితికి గొప్ప గుర్తింపు దొరికింది!అన్నాడు నవ్వుతూ.

!అమ్మా నాకు మంచి డ్రస్సు కొనివ్వాలి!అంది ప్రియ.

!అలాగే కొంటాను. ఎల్లుండి ఆఫీసులో ఫంక్షన్ జరుగుతుంది. మీరు ఇద్దరు రావాలి. నా సంతోషంలో పాలు పంచుకోవాలి!అంది.

!తప్పకుండ వస్తాం. అందరం కలిసే వెళదాం!అన్నాడు రమణ.

!ఫంక్షన్ కు నాకు మంచి డ్రస్సు లేదమ్మా. అన్ని పాతవి ఉన్నాయి. వాటిలో ఏదో ఒకటి వేసుకోమంటావా! అడిగింది నిరుత్సాహంగా ప్రియ.

!అవసరం లేదు. రేపు సాయంత్రం కొత్త డ్రస్సు కొనుక్కుందాం. అలాగే

మీ తాతయ్యకు మంచి బట్టలు తీసుకుందాం!అంది.

!నాకు ఎందుకమ్మా. అమ్మాయికి తీసుకో!అన్నాడు ఇబ్బందిగా రమణ.

!మీరు మాకు పరాయివారు కాదు. మా కుటుంబంలో ఒకరు. మీరు కూడా మంచి బట్టలు వేసుకోవాలి. అది నేను చూడాలి. ఇంకేం మాట్లాడకండి. రేపు బజారుకు వెళదాం. రాత్రి వంట ఏం చెయ్యకండి. ఏదైన హోటల్ తిందాం!అంది.

సంతోషంతో ఎగిరి గెంతెసినంత పని చేసింది ప్రియ.

!ఆ రోజు ఆ ఇంట్లో పండుగ వాతావరణం నెలకొంది. నవ్వుల పువ్వులు విరిశాయి. భోజనం అయిన తరువాత ప్రియ చదువుకోవటానికి మేడమీదకు వెళ్ళింది. రమణ వంటిల్లు సర్దుకోవటంలో మునిగిపోయాడు. జాహ్నవి గదిలో భర్త ఫోటో దగ్గర నిలబడింది. ఆమె కళ్ళలో నీళ్ళు తిరుగుతున్నాయి.

!మీరు ఉంటే ఎంతో సంతోషించేవారు. నన్ను ఆకాశానికి ఎత్తేశేవారు. దురదృష్టవశతు మీరు లేరు. మీరు లేనిలోటు చాల సార్లు ఫీలయ్యాను. కాని తరువాత సర్దుకున్నాను. పరిస్థితులతో రాజీపడ్డాను. దేవుడే పంపించినట్టు బాబాయ్ మాకు తోడు నిలిచారు. అన్ని పనులు చేస్తున్నారు. ఒక పెద్ద దిక్కుగా వ్యవహరిస్తున్నారు. దాంతో నాకు ధైర్యం వచ్చింది. చక్కగా ఆఫీసు పనులు చెయ్యగలుగుతున్నాను. ప్రియ గురించి వర్రికాకండి. ఆమె చదువు బాధ్యత పూర్తిగా బాబాయ్ తీసుకున్నారు. ముఖ్యంగా లెక్కల్లో ట్రయినింగ్ ఇస్తున్నారు. ఇప్పుడు ప్రియ లెక్కలలో ఎక్స్ పర్ట్

అయింది. తప్పకుండ పరీక్షలో వందమార్కులు తెచ్చుకుంటానని ఆత్మవిశ్వాసంతో చెప్పుతుంది. మీ కోరిక తప్పకుండ నెరవేరుతుంది!అంది జాహ్నవి.

వంటిల్లు సర్ది హాలులోకి వచ్చాడు రమణ. ఏదో తట్టినట్టు మేడమీదకు వెళ్ళాడు. గదిలో చక్కగాచదువుకుంటుంది ప్రియ.

!లెక్కలు చేస్తున్నావా ప్రియ!అడిగాడు రమణ.

!రోజు చేస్తున్నాను. మాములుగా కాదు. అర్ధంచేసుకుని మరి చేస్తున్నాను. గుడ్డిగా చెయ్యవద్దని మీరే చెప్పారు కదా తాతయ్య!అంది.

!అవునమ్మా. అర్ధంచేసుకుని చేస్తే ఎప్పటికి మరిచిపోలేం. ఇప్పుడు నీకు ఏదైన అనుమానాలు ఉన్నాయా!అడిగాడు.

!లేదు తాతయ్య.!అంది ప్రియ.

!సరే చదువుకో!అని కిందికి వచ్చేశాడు రమణ.

వెళ్ళి తన గదిలో కూర్చున్నాడు. ఇప్పుడు అతని మనస్సు ప్రశాంతంగా ఉంది. వచ్చిన పని దాదాపు పూర్తి అయింది. ఇంకో పని మాత్రం మిగిలి ఉంది. అది పూర్తిఅవుతే ఈ ఇంటితో అతనికి రుణం తీరిపోతుంది. తరువాత తన దారి తనది. జాహ్నవి దారి జాహ్నవిది. తన అవసరం ఆమెకు ఉండదు. తన అండదండలు ఆమెకు అవసరం లేదు. ధైర్యంగా తన శేషజివితాన్ని ఎదురుకోగలదు.

ఇది తలుచుకుంటే చాల తృప్తిగా ఉంది అతనికి.మనస్సంతా ఆనందంతో నిండిపోతుంది. ఇంకో పదిహేను రోజులు. తరువాత ప్రియ శృతి పరీక్షలు మొదలవుతాయి. ఇద్దరు మంచి ర్యాంక్

తెచ్చుకుంటారు. అందులో సందేహం లేదు. తరువాత అతను శాశ్వతంగా శృతి దగ్గరకు వెళ్ళిపోతాడు. జాహ్నవి అనుమతి ఇస్తే అప్పుడప్పుడు ప్రియను చూడటానికి వస్తాడు. ప్రియ కూడా అతనికి మనుమరాలు. ఇన్ని రోజుల ఆ బంధం అంత తేలికగా పోదు.

గంట సేపు ఆలోచిస్తూ కూర్చున్నాడు రమణ. తరువాత జాహ్నవి గదిలోకి వెళ్ళాడు. గాఢంగా నిద్రపోతుందామే. మొహంలో ఆనందం కొట్టొచ్చినట్టు కనిపిస్తోంది. పెదవుల మధ్య చిరునవ్వు స్పష్టంగాకనిపిస్తోంది. శారీరకంగా మానసికరంగా ఆమె చాల ఆనందంగా ఉన్నట్టు తెలుస్తోంది. ఈ మార్పనే రమణ కోరుకున్నాడు. అది సాధించాడు. అంతకంటే తృప్తి ఇంకేం ఉంటుంది.

30

!ఈ రోజు పెందళాడే వచ్చేశారు. పైగా చాల సంతోషంగా కనిపిస్తున్నారు. ఏమటి విషయం!అడిగింది మీనాక్షి.

తృప్తిగా నవ్వాడు రమణ. మెరుస్తున్న కళ్ళతో ఆమె వైపు చూశాడు.

ఆశ్చర్యంగా చూసింది మీనాక్షి. రమణ ప్రవర్తన ఆమెకు ఆశ్చర్యం కలిగిస్తోంది. ఎప్పుడు అతను ఇలా లేడు.

!ఏమిటి విషయం చాల సంతోషంగాఉన్నారు.ఏదైన లాటరీ తగిలిందా!నవ్వుతూ అడిగింది.

!అంతకంటే ఎక్కువ!అన్నాడు రమణ.

!అదేమిటో నాకుచెప్పండి. నేను సంతోషిస్తాను!అంది.

!నా బాధ్యత త్వరలోనే తీరిపోతుంది. అది తలుచుకుంటే సంతోషంగా ఉంది.!

!అంటే రేపటినుంచి ఇక్కడే ఉంటారా!సంతోషంతో ఉక్కిరిబిక్కిరి అవుతూ అడిగింది.

!అప్పుడే కాదు. ఇంకో పదిహేను రోజులలో టెన్త్ క్లాసు పరీక్షలు మొదలుఅవుతాయి. పదిరోజులు ఉంటాయి. తరువాత పూర్తవుతాయి. ఆ రోజుతో నా బాధ్యత పూర్తిగా తీరిపోతుంది. నా

ఆశయం లక్ష్యం కూడా నెరవేరుతుంది. నేను పూర్తిగా విముక్తడిని అవుతాను.అది తలుచుకుంటే చాల ఆనందంగా ఉంది!అన్నాడు రమణ.

!ఎంత మంచిమాట చెప్పారు మామయ్య. ఆ రోజు ఎప్పుడు వస్తుందా అని ఎదురుచూస్తున్నాను. దేవుడు నా మొర ఆలకించినట్టున్నాడు. మీరు మళ్ళి ఇంటికి వస్తున్నారు!అంది. ఆమె కళ్ళలో నీళ్ళు చిప్పిల్లాయి.

!ఛ ఊరుకో మీనాక్షి. చిన్న పిల్లలా ఏమిటది. ఇంకెన్ని రోజులు. నెలరోజులే కదా. తరువాత అందరం కలిసే ఉంటాం. శృతి ఎక్కడుంది.!?

!గదిలో చదువుకుంటుంది. పిలవమంటారా?

!వద్దు. నేనే వెళ్ళి కలుసుకుంటాను. అబ్బాయి కూడా ఉన్నాడా?

!పక్కఊరికి వెళ్ళారు. అక్కడ ఏదో గొడవజరిగిందని తెలిసింది. విచారించటానికి వెళ్ళారు!అంది.

!సరే నేను శృతి దగ్గర ఉంటాను!అని లేచాడు రమణ.

!మీరు వెళ్ళండి. కాఫీ తీసుకువస్తాను!అని అవతలకు వెళ్ళిపోయింది. రమణ శృతి గదిలోకి వెళ్ళాడు. టేబుల్ ముందు కూర్చుని దీక్షగా చదువుకుంటోంది. రావలసిన టైం కంటే ముందే వచ్చిన రమణను చూసి ఆశ్చర్యపోయింది. ఆనందంతో ఉక్కిరిబిక్కిరి అయ్యింది.

!తాతయ్య!అంటు చుట్టుకుపోయింది.

!ఈ రోజు తొందరగా వచ్చావు!అంది శృతి.

!నిన్ను చూడకుండ ఉండలేకపోయాను. అందుకే పెందళాడే పని

ముగించుకుని వచ్చాను!అన్నాడు రమణ.

తరువాత లెక్కలు చెప్పసాగాడు. దాదాపు గంటన్నర సేపు చెప్పాడు. ఈ లోగా మీనాక్షి వచ్చి కాఫీ ఇచ్చి వెళ్ళింది. పాఠం చెప్పిన తరువాత కిందికి వెళ్ళాడు. మీనాక్షిని కలుసుకున్నాడు.

!ఒక విషయం చెప్పటం మరిచిపోయాను!అన్నాడు.

!ఏమిటి మామయ్య.!

జాహ్నవి సాధించిన విజయం గురించి చెప్పాడు.

!చాల సంతోషంగా ఉంది మామయ్యా. నా అభినందనలు ఆమెకు తెలియచెయ్యండి!అంది మీనాక్షి

!ఎల్లుండి ఆమెతో ఫంక్షన్ కు వెళుతున్నాను. రావటానికి ఆలస్యం కావచ్చు. నేను ఇక్కడికి రాకపోవచ్చు. కాని ఈ విషయం ముందే శృతికి చెప్పకు. బాధపడుతుంది. ఏడుస్తుంది. నేనే వచ్చి ఎలోగో సముదాయిస్తాను!అన్నాడు.

అలాగే అని తలూపింది మీనాక్షి.

తరువాత రమణ బయలుదేరాడు.

విశాలమైన కంపెని ఫంక్షన్ హాలు. స్టాఫ్ తో కిటకిటలాడిపోతుంది. ఆ రోజు జాహ్నవికి సన్మానం జరుగుతున్న రోజు. విశాల్ ముందే వచ్చేశాడు. తనే దగ్గరఉండి ఏర్పాట్లు చూస్తున్నాడు. జాహ్నవి రమణ ప్రియ అరగంటముందే అక్కడికి చేరుకున్నారు. అంతకుముందు రోజు ఉదయం జాహ్నవి ఆఫీసుకు సెలవు పెట్టింది. ఫోన్ చేసి మేనేజర్ కు చెప్పింది. తరువాత రమణ ప్రియను తీసుకుని బజారుకు వెళ్ళింది.

ముందు ప్రియకు మంచి ఖరీదైన ఫ్రాక్ తీసుకుంది. తరువాత రమణకు రెడి మెడ్ షర్ట్ ప్యాంటు తీసుకుంది. తనకు రెడిమెడ్ బట్టలునప్పవని రమణ చెప్పాడు. కాని జాహ్నవి వినిపించుకోలేదు. బలవంతంగా అతన్ని ఒప్పించి తీసుకుంది. ఇంటికి వచ్చిన తరువాత వేసుకుని చూశాడు రమణ, ప్రత్యేకంగా అతనికే కుట్టినట్టు రెండు సరిగ్గా సరిపోయాయి. రమణ కూడా సంతోషించాడు.

ముగ్గురు ఒక పక్కగా నిలబడ్డారు. అటెండర్ వచ్చి కూల్ డ్రింక్స్ సర్వ్ చేశాడు.

!హాలో జాహ్నవి గారు!అంటు నవ్వుతూ వచ్చాడు విశాల్.

!హాలో సార్!అంది ఇబ్బందిగా జాహ్నవి.

!మీతో ఎవరైన వచ్చారా!అడిగాడు విశాల్.

!వీరు మా బాబాయ్ గారు. ఈ పాప నా కూతరు పేరు ప్రియ. టెన్త్ పరీక్షలు రాయబోతుంది!అని పరిచయం చేసింది జాహ్నవి.

విశాల్ ను తేరిపార చూశాడు రమణ.

చాల అందంగా హుందాగా కనిపించాడు. ఆ రోజు ఖరీదైన ఫుల్ సూటు వేసుకున్నాడు. ఆ బట్టలు అతనికి పూర్తిగా నప్పాయి. ఇలాంటివాడు ఆత్మహత్య ఎందుకు చేసుకున్నాడా అని ఆశ్చర్యపోయాడు రమణ.

!ఎలా చదువుతున్నావు పాప! ప్రియను అడిగాడు విశాల్.

!బాగానే చదువుతున్నాను. తప్పకుండ మెరిట్ లిస్ట్ లో వస్తాను!అంది .

!నీ కాన్ఫిడెన్స్ ను మెచ్చుకుంటున్నాను. తప్పకుండ అనుకున్నది సాధిస్తావు!అని భుజం తట్టాడు విశాల్.

!మా తాతయ్య నాకు బాగా కోచింగ్ ఇస్తున్నారు!మళ్ళీ అంది ప్రియ.

!మీ గురించి జాహ్నవిగారు ఎన్నోసార్లు చెప్పారు. ఒక్కసారి మిమ్మల్ని కలుసుకోవాలనుకున్నాను. కాని పని వత్తిడిలో కుదరలేదు. సరే మీరు ముందు వరుసలో కూర్చోండి. ఇంకో పావుగంటలో ఫంక్షన్ మొదలవుతుంది!అన్నాండు. తరువాత విశాల్ వెళ్ళిపోయాడు.

ముగ్గురు పక్కపక్కన ముందు వరుసలో కూర్చున్నారు. హాలు దాదాపు నిండిపోయింది. పది నిమిషాల తరువాత కంపెని చేయిర్మన్ వచ్చారు. అందరు లేచి నిలబడి ఆయనకు స్వాగతం చెప్పారు. స్టేచి మీద చేయిర్మన్ విశాల్ మిగత అధికారులు కూర్చున్నారు. ఉపోద్ఘాతం లేకుండ ఫంక్షన్ మొదలైంది. ముందు చేయిర్మన్ మాట్లాడడు. జాహ్నవి గురించి గొప్పగా పొగిడాడు. ఆమె వ్యక్తిత్వం పనితీరును మెచ్చుకున్నాడు. ఈ బహుమతి ఆమెకు ఇస్తున్నందకు తన సంతోషం వ్యక్తం చేశాడు. ఆయన తరువాత మిగత అధికారులు మాట్లాడారు. తరువాత జాహ్నవిని స్టేజి మీదకు పిలిచారు.

తడబడుతున్న అడుగులతో వెళ్ళింది. ఇంతకుముందు ఎప్పుడు మైక్ ముందు నిలబడలేదు. మాట్లాడలేదు. ఇదే మొదటిసారి.

తనకు ఈ బహమతి ఇచ్చినందుకు కంపెని యాజమాన్యానికి అభినందనలు తెలిపింది జాహ్నవి.ఈ బహుమతి వల్ల తనలో ఇంకా బాధ్యత పెరిగిందని చెప్పింది. దీని వల్ల తను ఇంకా ఉత్సాహంగా మరింత కష్టపడిపనిచేస్తానని చెప్పింది.

ఆమె మాటలకు ఒక్కసారిగా హాలులో చప్పట్లు మోగాయి.

తరువాత బహుమతి ప్రధానం జరిగింది. చేయిర్మన్ తన చేతులతో ఇరవైవేలరుపాయల చెక్ జాహ్నవికి అందచేశాడు. మరోసారి అందరు చప్పట్లు కొట్టారు.

చివరగా టిఫిన్ కాఫీ సర్వ్ చేశారు. ఈ తతంగం అంతా పూర్తిఅయ్యేసరికి రాత్రి తొమ్మిదిగంటలైంది. విశాల్ దగ్గర సెలవు తీసుకుని జాహ్నవి రమణ ప్రియ బయలుదేరారు. ఆటోలో వాళ్ళుఇంటికి చేరుకునేసరికి పదిగంటలైంది. సంతోషంతో అందరికి కడుపు నిండినట్టుగా అయింది. తల్లికూతురు ఆనందంతో తేలిపోయారు. వాళ్ళకంటే ఎక్కువ సంతోషించింది రమణ,. ఈ సంఘటన అతనికి ఇంకా ధైర్యాన్ని ఇచ్చింది.

ఇప్పుడు తను లేకపోయిన ఫర్వాలేదు. వాళ్ళు బ్రతకగలరు. ఏ భయం లేకుండ తమ భవిష్యత్తును చూసుకోగలరు అని నమ్మకం కలిగింది. తను తీసుకున్న నిర్ణయం తప్పుకాదని తోచింది.

ఆ రోజు చాల ప్రశాంతంగా నిద్రపోయాడు రమణ.

31

ఆ రోజు ఆదివారం. ఆఫీసుకు సెలవు. జాహ్నవి గదిలో కూర్చుని ఏదో ఇంగ్లీష్ నవల చదువుతోంది. ప్రియ పుస్తకాలతో కుస్తీపడుతోంది. ఇంకో నాలుగు రోజులలో ఆమె పరీక్షలు మొదలవుతున్నాయి. దానికి చాల బాగా ప్రిపేర్ అవుతోంది. అక్కడ శృతి కూడా బాగా చదువుతోంది.

రమణ డ్యూటి మాత్రం ఆగిపోలేదు. యధాప్రకారం ప్రియకు పాఠం చెప్పుతున్నాడు. తరువాత పని అంతా ముగించుకుని శృతి దగ్గరకు వెళుతున్నాడు. ఆమెకు పాఠాలు చెప్పుతున్నాడు. తరువాత ఇంటికి వచ్చి పడుకుంటున్నాడు. ఇప్పుడు అతనికి శ్రమ ఇంకా ఎక్కువైంది.

కిచిన్ లో వంట ప్రయత్నం చేస్తున్న రమణకు ఎవరో తలుపు కొడుతున్న చప్పుడు వినిపించింది. వెళ్ళి తలుపు తీశాడు. బయట ఒక స్త్రీ పురుషుడు కనిపించారు. ఇద్దరు మంచి బట్టలు వేసుకున్నారు. బాగా చదువుకున్నవారిలా కనిపిస్తున్నారు. ఇంతకుముందు వాళ్ళను రమణ ఎప్పుడు చూడలేదు.

!ఎవరు కావాలండి!అడిగాడు రమణ.

!జాహ్నవి గారు ఉన్నారా!అడిగాడు మగవాడు.

!ఉన్నారు. మీరు ఎవరో తెలుసుకోవచ్చా!

!నా పేరు రాజేశ్వర్ రావు. ఈవిడ నా భార్య రాధ.. జాహ్నవిగారితో మాట్లాడాలి. బెంగుళూరు నుంచి వచ్చాం!అన్నాడు.

!లోపలికి రండి!అంటు పక్కకు తప్పుకున్నాడు.

వాళ్ళను హాలులో కూర్చోపెట్టి జాహ్నవి గదిలోకి వెళ్ళాడు రమణ.

!అమ్మాయి నీ కోసం ఎవరో దంపతులు వచ్చారు. నీతో మాట్లాడాలని చెప్పారు. హాలులో కూర్చోపెట్టాను!అన్నాడు.

!నాకోసమా!అంది ఆశ్చర్యంగా.

!అవునమ్మా. బెంగుళూరు నుంచి వచ్చారంట. వెళ్ళి మాట్లాడు. కాఫీ తీసుకువస్తాను!అని లోపలికి వెళ్ళిపోయాడు రమణ.

జాహ్నవి వెళ్ళి వాళ్ళకు ఎదురుగా కూర్చుంది.

!చెప్పండి. నాతో ఏం మాట్లాడాలి!అంది.

!మేము విశాల్ తల్లితండ్రులం!అన్నాడు ఆయన మెల్లగా. కాని ఆమాటలు గదిలో బాంబులా పేలింది. ఒక్కసారిగా ఉలిక్కిపడింది. పిచ్చిదానిలా వాళ్ళ వైపు చూసింది.

!ఏదో మాట్లాడబోయింది కాని నోరు పెగలలేదు.

!చెప్పకుండ వచ్చినందుకు ఏం అనుకోకు. ఏ విషయం అయిన సూటిగా చెప్పటం అలవాటు. అందుకే అసలు విషయానికి వస్తాను. విశాల్ మా అబ్బాయి. చాల రోజులనుంచి అతను నిన్ను ఇష్టపడుతున్నాడు. ఈ విషయం నీకు చెప్పాడు. కాని నువ్వు ఒప్పుకోలేదు. దాంతో మనస్సు విరిగి ఆత్మహత్య చేసుకోవటానికి ప్రయత్నించాడు. అదృష్టవశుతు బతికి బయటపడ్డాడు. ఈ విషయం తెలిసి మేము తల్లిడిల్లిపోయాం. ఉన్నది వాడు ఒక్కడే. వాడు లేకపోతే

మాకు జీవితమే లేదు. అందుకే అసలు విషయం వాడి ద్వార తెలుసుకున్నాం. వాడు నిన్ను ప్రేమించాడని తెలిసి ఆశ్చర్యపోయాం. నీకు అంతకుముందే పెళ్ళి అయిందని నీ భర్త అకస్మాతుగా చనిపోయాడని కూడా తెలిసింది. నీకు ఒకటీనేజ్ కూతురు కూడా ఉందని మా వాడే చెప్పాడు.!

!వాడి నిర్ణయం విని నిర్ఘంతపోయాం. బాగా చదువుకున్నాడు. ఒక పెద్ద కంపెనిలో పెద్ద ఉద్యోగం చేస్తున్నాడు. ఇలాంటి నిర్ణయం ఎలా తీసుకున్నాడా అని వాపోయాం. ఏది ఏమైన నువ్వు లేకపోతే వాడు బతకలేడు. ఆ విషయం ఆత్మహత్య ద్వార వాడు పరోక్షంగా తెలియచెప్పాడు. అందుకే మా కొడుకు కోరిక తీర్చాలని నిర్ణయించుకున్నాం. అందుకే నీ దగ్గరకు వచ్చాం. దయచేసి మా వాడిని పెళ్ళిచేసుకో. లేకపోతే వాడు మాకు దక్కడు. వాడు మాకు ఒక్కడే కొడుకు. ఆశలన్ని వాడిమీదే పెట్టుకున్నాం. మా కోరక కాదనకు. దయచేసి ఇంకో సారి ఆలోచించు. ఇదిగో మా ఫోన్ నెంబర్!అని విజిటింగ్ కార్డ్ టిపాయ్ మీద పెట్టాడు రాజేశ్వరరావు.

ఏం మాట్లాడాలో తెలియలేదు జాహ్నవికి. అసలు ఏం జవాబు ఇవ్వాలో కూడా అర్ధంకాలేదు. చాల ఇబ్బందికరమైన పరిస్ధితి. అందుకే ఏం మాట్లాడలేకపోయింది. గదిలో నిశబ్ధం నిండుకుంది. అప్పుడే కాఫీ తీసుకువచ్చి అందరికి సర్వ్ చేశాడు రమణ.

!ఇంతకుముందే విశాల్ గారికి నా పరిస్ధితి చెప్పాను. ఇంకా ఏం చెప్పమంటారు!అంది పేలవంగా.ఈ పరిణామం ఆమెను ఉక్కిరిబిక్కిరి చేస్తోంది.

!మాకుఅంతా తెలుసమ్మా. వాడు తలుచుకుంటే ఎంతో మంది అందమైన అమ్మాయిలు దొరుకుతారు. అయిన వాళ్ళలో ఒకరు కూడా వాడికి నచ్చిలేదు. మిమ్మల్నే కోరుకుంటున్నారు. వాడి నిర్ణయం తొందరపాటుకావచ్చు కాని తప్పుకాదు. అందుకే ఇంకోసారి ఆలోచించమంటున్నాను. నువ్వు కాదంటే . వాడు తట్టుకోలేడు.ఒకసారి ఆత్మహత్య చేసుకున్నవాడు ఇంకోసారి చేసుకోవటం కష్టం కాదు. నాకు పుత్రబిక్ష పెట్టు. ఇంతకంటే చెప్పవలసింది ఏం లేదు. వస్తాము!అని లేచాడు రాజేశ్వరరావు.

రాత్రి పదిగంటలు దాటుతోంది. గదిలో నిశబ్ధం విలయతాండవం చేస్తోంది. జాహ్నవి మంచం మీద నిరాసక్తంగా కూర్చుని ఉంది. ఆమె పక్కన ప్రియ కూర్చుంది. వాళ్ళకు ఎదురుగా రమణ ఉన్నాడు. ఆ దంపతులు వెళ్ళిన తరువాత జాహ్నవి తన గదిలోకి వెళ్ళిపోయింది. తలపట్టుకుని కూర్చుంది. ఇలాంటి పరీక్ష పెట్టావు ఎందుకు దేవుడా అని వాపోయింది.

రాజేశ్వరరావుతో జరిగిన సంభాషణ రమణ ప్రియ ఇద్దరు విన్నారు. ఆశ్చర్యంతో ఉక్కిరిబిక్కిరి అయింది ప్రియ. ఆశ్చర్యంతో రమణ వైపు చూసింది. అతని పరిస్థితి ఇంచుమించు అలాగే ఉంది. ముందు ఆశ్చర్యపోయాడు. షాక్ అయ్యాడు. కాని తరువాత తీరికగా దాని గురించి ఆలోచించాడు. ఒక నిర్ణయానికి వచ్చాడు.

ఇంతవరకు రమణ ఆమెకు ఎన్నో సలహాలు ఇచ్చాడు. అతని మీద గౌరవంతో అవి పాటించింది. కాని ఇప్పుడు అతను ఇవ్వబోతున్న

సలహా చాల విచిత్రమైంది. ఒప్పుకుంటుందో లేదో తెలియదు. కాని ఇవ్వటం తన బాధ్యతగా అనుకుంటున్నాడు అతను. అందుకే ధైర్యం చేసి ఆ విషయాన్ని ముందు ప్రియతో చెప్పాడు.

ప్రియ ముందు షాక్ అయింది.

తల్లి ఇంకో పెళ్ళిచేసుకోవటం ఆమెకు ఏమాత్రం నచ్చలేదు. చేదుమాత్ర మింగినట్టుగా ఉంది. అందుకే ఏం మాట్లాడకుండ మౌనంగా ఉండిపోయింది. రమణ ఆమె పరిస్థితి అర్ధంచేసుకున్నాడు. అతనికి పెద్దగా ఆశ్చర్యం కలిగించలేదు. ప్రియకు తన తల్లి అంటే విపరీతమైన పొసెసివ్ నెస్ ఉంది. తన తండ్రిమీద ఎంతో ప్రేమ ఉంది. అలాంటిది రమేష్ స్థానంలో ఇంకో వ్యక్తిని ఊహించలేకపోతుంది. అతన్ని తన తండ్రిగా అంగీకరించలేకపోతుంది.

అందుకే అయోమయంతో సతమతమైంది.

అప్పటికి ఒక నిర్ణయానికి వచ్చేశాడు రమణ.

!చూడు ప్రియ మీ అమ్మకు ఏమంత వయస్సు మీరలేదు. ఆమె వయస్సులో చాల మంది పెళ్ళిళు చేసుకుంటున్నారు. మీ అమ్మా చేసుకోవటంలో తప్పులేదు. కాని చేసుకోవటానికి తను ఇష్టపడటం లేదు. కారణం నువ్వు ప్రియ. నీ భవిష్యత్తు ఏమవుతుందో అని భయపడుతుంది. అందుకే పెళ్ళి వద్దనుకుంటుంది. కాని మీ అమ్మ ఒక విషయం మరిచిపోతుంది. ఎల్లకాలం నువ్వు ఇలాగే ఉండవు. రేపు చదువు పూర్తిచేసుకుని నచ్చినవాడితో నీకు పెళ్ళిజరుగుతుంది. పెళ్ళిచేసుకుని హాయిగా నీ భర్తతో వెళ్ళిపోతావు. తరువాత నీ అమ్మ ఒంటరిదైపోతుంది. తోడుకోసం అలమంటించిపోతుంది. ఒంటరితనంతో

పిచ్చిదైపోతుంది. కన్నవాళ్ళు ఎల్లకాలం తల్లిని అంటిపెట్టుకుని ఉండరు. మీ నాన్నగారు బతికిఉంటే అది వేరే విషయం. కాని ఆయన లేరు. మీ అమ్మ ఈ లోకంలో ఒంటరిదైపోయింది. తన ఇష్టాలు కోరికలు చంపుకుని నీ కోసం బతుకుతోంది. ఇప్పుడు చెప్పు. నీ కన్నతల్లిని అలా చూడాలని అనుకుంటున్నావా చెప్పు!అన్నాడు రమణ.

ప్రియ ఏం నిర్ణయించుకోలేక ఉక్కిరిబిక్కిరి అయింది. తలపట్టుకుని కూర్చుంది. రమణ ఆమెను తొందరపెట్టలేదు. ఓపికగా కాచుకున్నాడు. ప్రియ వెంటనే కాదనలేదు. ఒకవేళ ఇష్టం లేకపోతే వెంటనే చెప్పేది. కాని చెప్పలేదు. అంటే ఆలోచిస్తుందని అతనికి అర్థమైంది.అయిదు నిమిషాలు భారంగా గడిచాయి. భారంగా తలఎత్తి రమణ వైపుచూసింది ప్రియ.

!నువ్వు చెప్పింది నిజం తాతయ్యా. అమ్మ కష్టపడటం నేను చూడలేను. అందుకే అమ్మను మళ్ళి పెళ్ళిచేసుకోమని చెప్తాను!అంది ఏడుస్తూ.

!మంచి నిర్ణయం తీసుకున్నావు తల్లి. చిన్నదానివైన మీ అమ్మ సుఖంగా ఉండాలని కోరుకుంటున్నావు. అది చాలు. పద మనిద్దరం కలిసి మీ అమ్మను ఒప్పిద్దాం.!అన్నాడు రమణ.

ప్రస్థుతం ఆ గదిలో అదే జరుగుతుంది.

రమణ ప్రియ తమ నిర్ణయం జాహ్నవికి చెప్పారు.

!మీరు పెద్దవారు. అన్ని తెలిసినవారు. మీరు కూడా ఇలాంటి నిర్ణయం తీసుకుంటారని అనుకోలేదు!అంది జాహ్నవి.

!నీ మంచి కోసమే ఈ నిర్ణయం తీసుకున్నాను!అన్నాడు రమణ.

!అవును అమ్మ!అంది ప్రియ. నా చదువు పూర్తయిన తరువాత పెళ్ళిచేసుకుని వెళ్ళిపోతాను. అప్పుడు నువ్వు ఒంటరిగా ఈ ఇంట్లో ఉండాలి. ఎవరు తోడులేకపోతే నువ్వుమాత్రం ఎలా ఉంటావు. అందుకే నువ్వు మళ్ళి పెళ్ళిచేసుకో అమ్మా.!అంది.

కూతురు మాటలకు ఆశ్చర్యపోయింది జాహ్నవి. రమణ వైపు చూసింది.

అతను చప్పున కళ్ళు దించుకున్నాడు. ఇది రమణ పని అని జాహ్నవి గ్రహించింది. ప్రియను పూర్తిగా బ్రెయిన్ వాష్ చేశాడని ఆమెకు అర్ధమైంది.

అయిన ఏదో మాట్లాడాలని ప్రయత్నించింది జాహ్నవి. మద్యలో అడ్డుకుంది ప్రియ.

!ఇంకేం చెప్పకు అమ్మ. నువ్వు ఏం చెప్పిన వినను. తప్పనిసరిగా నువ్వు పెళ్ళిచేసుకోవాలి. అంతే లేకపోతే నీతో మాట్లాడను!అని విసురుగా గదిలోంచి వెళ్ళిపోయింది ప్రియ.

నిస్సహాయంగా చూసింది జాహ్నవి.

32

చెప్పిన టైంకు పరీక్షలు మొదలయ్యాయి. పూర్తికూడా అయ్యాయి. ప్రియ శృతి ఇద్దరు బాగా రాశారు.ముఖ్యంగా ఇద్దరు లెక్కల పేపర్ చాల చక్కగా చేశారు. సెంట్ పర్సెంట్ వస్తుందని ఖచ్చితంగా చెప్పారు.

రమణ ఎంతో సంబరపడిపోయాడు. అతను అనుకున్న పని నెరవేరింది. లక్ష్యం పూర్తయింది. ఇక ఇంటికి వెళ్ళటమే మిగిలింది.

అది తలుచుకుంటే కొంచం బాధకలిగింది అతనికి. గత సంవత్సరం నుంచి ఈ ఇంట్లో ఉంటున్నాడు. ఈ కుటుంబంతో సంబంధం పెంచుకున్నాడు. జాహ్నవి ప్రియ అతన్ని ఎంతో ప్రేమగా చూశారు. గౌరవించారు. ఎప్పుడు ఒక్కసారి కూడా పనివాడిలా భావించలేదు. అలాంటివాళ్ళను విడిచివెళ్ళటానికి అతని మనస్సు ఒప్పటం లేదు. కాని వెళ్ళక తప్పదు. ఎవరి ఎక్కడనుంచి వచ్చారో వాళ్ళు అక్కడికి చేరుకోవటం ప్రకృతి ధర్మం.

!అమ్మాయి పరీక్షలు బాగా రాసింది. తప్పకుండ మెరిట్ లో పాసు అవుతాని చెప్పుతుంది. నాకు చాల సంతోషంగా ఉంది బాబాయ్. నీ సహాయం జన్మలో మరిచిపోలేను!అంది జాహ్నవి.

!ఇందులో నేను చేసింది ఏం లేదు. ప్రియ స్వతహాగా చాల తెలివైంది.నేను దాన్ని సానపెట్టి వెలికితీశాను. అంతే. తనుకూడా కష్టపడింది.!

!ఇప్పుడు ఏం చేద్దాం బాబాయ్. ప్రియకు పరీక్షలు అయిపోయాయి. అలా ఎక్కడికైన తిరిగివద్దాం. ఆఫీసుకు సెలవు పెడతాను.!

!అలాగే వెళదాం. ఒక విషయం అడుగుతాను.ఏం అనుకోవు కదా!

!ఏం అనుకోను. ఫర్వాలేదు అడుగు.!

!విశాల్ విషయంలో ఏం నిర్ణయం తీసుకున్నావు!అడిగాడు.

!జాహ్నవి మొహంలో కళ్ళు ఇంకిపోయింది. సున్నం కొట్టినట్టు తెల్లగా పాలిపోయింది.

!!ఆలస్యం చెయ్యకుతల్లి.ఇప్పటికే టైం వేస్ట్ చేశావు. నీ పరిస్థితి అర్ధంచేసుకోగలను. రమేష్ ను మరిచిపోవటం కష్టమే. కాని తప్పదు. నీ గురించి కూడా ఒకసారి ఆలోచించు. ప్రియకు పెళ్ళయిన తరువాత ఒంటరిగా మిగిలిపోతావు. అప్పుడు తోడు కావాలనిపిస్తుంది. కాని వయస్సు మించటం వల్ల ఎవరు ముందుకు రారు. అందుకే దీపం ఉండగానే ఇల్లు చక్కపెట్టుకోవాలి. వయస్సు ఉన్నప్పుడే మంచి నిర్ణయం తీసుకోవాలి. ఇప్పటికైన మించిపోయింది ఏం లేదు. వెంటనే నీ నిర్ణయం విశాల్ కు తెలియచెప్పు. నీకు సిగ్గు అయితే చెప్పు. నేను చెప్తాను!అన్నాడు రమణ.

!ఇంతకుముందు ఒద్దని చెప్పాను. ఇప్పుడు సరే అంటే ఏమైన అనుకుంటాడు. నన్ను తేలికగా అంచన వేస్తాడని భయంగా ఉంది.!అంది జాహ్నవి.

!అలాంటివాడు కాదమ్మా విశాల్. అతని గురించి పూర్తిగా తెలుసుకున్నాను. ఒక్క మాటలో చెప్పాలంటే ఈ కాలంలో అలాంటి మంచి మనిషి దొరకటం చాల అరుదు కష్టంకూడా.అందుకే మనస్సులో అనుమానాలు పెట్టుకోకుండ మాట్లాడు. ఇంతకంటే ఏం చెప్పలేను!అని వెళ్ళిపోయాడు రమణ.

జాహ్నవి మెల్లగా లేచింది. సెల్ అందుకుని విశాల్ నెంబర్ కు కాల్ చేసింది.

టెన్త్ క్లాసు ఫలితాలు వచ్చాయి. ప్రియ శృతి ఇద్దరు మెరిట్ లిస్ట్ లో పాసయ్యారు. మొదటి పదిమందిలో నిలబడ్డారు. రెండు కుటుంబాలు ఆనందంతో ఊగిపోయాయి. జాహ్నవికి అయితే తట్టుకోలేకపోయింది. ప్రియను కౌగలించుకుని ఏడ్చేసింది.

!నిన్ను చూసి గర్వపడుతున్నాను తల్లి!అంది కూతురితో.

!అంతా తాతయ్య కోచింగ్ అమ్మా. ఆయన లేకపోతే నాకు ర్యాంకు వచ్చేది కాదు!అంది ప్రియ.

అక్కడే ఉన్న రమణ చలించిపోయాడు. ప్రియను ఆప్యాయంగా దగ్గరకు తీసుకున్నాడు.

!ఇది నా గొప్పతనం కాదమ్మ. నీ కష్టానికి తగిన ఫలితం. నేను కోచింగ్ ఇచ్చి ఉండవచ్చు. కాని నువ్వు కష్టపడి చదివావు. అందుకే ఈ గొప్పతనం అంతా నీదే.!అన్నాడు.

ఆ ఇంట్లో రెండోసారి పండుగా వాతావరణం వెలిసింది. మొదటిసారి జాహ్నవికి సన్మానం జరిగినప్పుడు రెండోసారి ప్రియ మెరిట్ ర్యాంకు

సంపాదించినందుకు.

రమణకు మాత్రం ఏనుగు ఎక్కినంత సంబరంగా ఉంది. అనుకున్న పని సాధించాడు. అతని బాధ్యత తీరిపోయింది. ఇంకో రెండు రోజులలో ర్యాంకు సంపాదించిన విద్యార్ధులకు ఫెసిటేషన్ జరగబోతుంది. రాష్ట్ర ప్రభుత్వం ఏర్పాటు చేసింది. ఆ శుభకార్యం అయిన తరువాత రమణ వెళ్ళిపోవాలనుకుంటున్నాడు. అతని నిర్ణయం వల్ల ఒక కుటుంబం బాధపడుతుంది. ఇంకో కుటుంబం సంతోషపడుతుంది.

భోజనం చేసిన తరువాత శృతి దగ్గరకు బయలుదేరాడు.

సైకిల్ ను కారిడార్ లో పార్క్ చేసి లోపలికి వెళ్ళాడు. డైనింగ్ హాలులో మీనాక్షి శృతి తండ్రి ఉన్నారు. ముగ్గురు నవ్వుకుంటు కాఫీ తాగుతున్నారు.

!రా నాన్న. నీకోసమే ఎదురుచూస్తున్నాను!అన్నాడు ఆ యువకుడు.

అతని పేరు సాగర్. రమణ ఒక్కగా నొక్క కొడుకు. జిల్లా యస్పీ.

!కంగ్రాట్స్ శృతి.మీ నాన్న పేరు నిలబెట్టావు!అన్నాడు రమణ.

శృతి వచ్చి రమణను చుట్టుకుపోయింది.

!నువ్వు కోచింగ్ ఇవ్వటం వల్ల ఇది సాధ్యమైంది తాతయ్య!అంది శృతి.

!అక్కడ ప్రియ ఇలాగే అంది.ఇక్కడ నువ్వు అంటున్నావు. ఇప్పటికి చెప్పుతున్నాను. ఇందులో నా గొప్పతనం ఏం లేదు. కష్టపడితే ఎవరైన ఎంత కష్టమైన పని అయిన సాధించగలరు.!

!కరెక్టుగా చెప్పావు నాన్న. ముందు లక్ష్యశుద్ధి ఉండాలి. తరువాత దాన్ని సాధించటానికి కష్టపడాలి. అప్పుడు ఆకాశమే హద్దు అవుతుంది! అన్నాడు సాగర్.

!మీ నాన్న చెప్పింది నిజం!అన్నాడు రమణ.

!ఇలాగే మాట్లాడుతూ ఉంటారా. టిఫిన్ చేస్తారా!అంది మీనాక్షి.

టిఫిన్ కాఫీ అయిన తరువాత సాగర్ రమణ హాలులో కూర్చున్నారు.

!నాన్న ఇంటికి ఎప్పుడు వస్తున్నావు!అడిగాడు. అతని కళ్ళు అప్రయత్నంగా తడి అయ్యాయి.ఈ విషయం రమణ గ్రహించాడు.

!ఛ ఎందుకుగా ఏడుస్తావు. ఇప్పుడు ఏమైందని!అన్నాడు.

!నువ్వు పక్కన లేకుండ నేను ఉండలేను. చిన్నతనం నుంచి అలాగే పెరిగాను. అనుకోకుండ నా వల్ల తప్పు జరిగిపోయింది. అది నేను కావాలని చేసింది కాదు. నా ప్రమేయం లేకుండ జరిగిపోయింది. పైగా అది వృత్తి. దాన్ని తలుచుకుని ఎంతో బాధపడ్డాను. జాహ్నవిని క్షమాపణ కోరాలని కూడా అనుకున్నాను. కాని నవ్వే వద్దని చెప్పావు. తప్పుచేసింది నేను. కాని శిక్ష అనుభవించింది అనుభవిస్తుంది నువ్వు. ఇదేం న్యాయం నాన్న!అన్నాడు సాగర్.

!నిజానికి ఇది నీ తప్పు కాదు!అన్నాడు రమణ. తెలియకుండ జరిగిపోయింది. ఒక యస్ పి గా పోలీస్ ఆఫీసర్ గా నీ డ్యూటి నువ్వు చేశవు. నువ్వు ప్రత్యేకంగా రమేష్ ను కాల్చలేదు. ఎవరినో కాల్చాలని అనుకున్నావు. అనుకోకుండ రమేష్ అడ్డు వచ్చాడు. తుపాకి దెబ్బతిని చనిపోయాడు. జరిగిన దారుణం చూసి నువ్వు చాల బాధపడ్డావు. ఒక అమాయకుడు చనిపోయినందుకు కృంగిపోయావు. జాహ్నవిని కలుసుకుని క్షమాపణకోరాలని అన్నావు. నేనే వద్దని చెప్పాను. ఒక యస్ పిగా నువ్వు ఆ ఇంటికి వెళ్ళటం మంచిది కాదు. నీ ఉద్యోగాన్ని కించపరిచినట్టుగా అవుతుంది. అలాగని జాహ్నవి

కుటుంబాన్ని అలా వదిలిపెట్టటం నాకు ఇష్టం లేదు. ఏం చెయ్యాలా అని ఆలోచించాను. ఒక మధ్య తరగతి ఇంట్లో ఆ ఇంటియజమాని చనిపోతే ఆ కుటుంబం ఎంతో ఇబ్బంది పడుతుంది. పడరాని కష్టాలు పడుతుంది. ముఖ్యంగా పిల్లలు తట్టుకోలేకపోతారు. జాహ్నవికి డబ్బుకు ఏం లోటులేదు. ఆమె మంచి ఉద్యోగం చేస్తుంది. ఆ సమయంలో కావల్సింది డబ్బు సహాయం కాదు. మనిషి సహాయం. మగవాడి తోడు. అందుకే నేను వెళ్ళి వాళ్ళకు తోడుగా ఉండాలని నిర్ణయించుకున్నాను. మీ డిపార్ట్ మెంట్ ద్వార వాళ్ళ గురించి వివరాలు సేకరించారు. అతనికి శృతి వయస్సున్న కూతురు ఉందని టెన్త్ క్లాసు చదువుతుందని తెలిసింది. ఏం చెయ్యాలో అప్పుడు నిర్ణయించుకున్నాను.!

!రమేష్ అసలు బాబాయ్ ను కలుసుకున్నాను. జరిగినదంతా చెప్పాను. నేను చేస్తున్న పనికి ఆయన సంతోషపడ్డారు. తరువాత జాహ్నవి ఇంటికి వెళ్ళాను. ఆమె ఇంట్లో స్థానం సంపాదించాను. వాళ్ళకు తోడుగా అండగా ఉన్నాను. నా బాధ్యత పూర్తిచేశాను. ప్రియ కూడా శృతి లాగే బాగా చదివి ర్యాంకు తెచ్చుకుంది. జాహ్నవి కూడా ఉద్యోగంలో బాగా స్థిరపడింది. కొన్నిరోజులలో ఆమెకు విశాల్ తో వివాహం కాబోతుంది. ఆమెకు తోడుదొరికాడు. ఇక నా అవసరం కాని సహాయం కాని ఆ కుటుంబానికి అవసరం లేదు. ఫంక్షన్ అయిన తరువాత మన ఇంటికి వచ్చేస్తాను. ఈవిషయం చెప్పటానికే వచ్చాను!అన్నాడు రమణ.

33

నాలుగు రోజుల తరువాత.

సాయంత్రం ఆరుగంటలు కావస్తోంది. వాణి మహల్ లో ఫంక్షన్ మొదలైంది. రాష్ట్రవిద్యాశాఖ మంత్రి ఎడ్యుకేషన్ సెక్రటరి తదితరులు వచ్చారు. అందరు స్టేజి మీద కూర్చున్నారు.

మందుగా విద్యాశాఖ మంత్రి మాట్లాడాడు. మెరిట్ లిస్ట్ సాధించినందుకు పదిమంది విద్యార్థి విద్యార్థినులను ఆయన అభినందించాడు. తరువాత ఒక్కొక్క విద్యార్థిని మాట్లాడమని చెప్పాడు. ముందుగా ఒక విద్యార్థి వచ్చాడు. తను ఎలా చదివాడో ఎక్కడ కోచింగ్ తీసుకున్నాడో చెప్పాడు. అతని తరువాత మరో ఇద్దరు మాట్లాడారు. శృతి వంతు వచ్చింది.

!నా విజయానికి కారణం మా తాతయ్య. నేను కొంచం లెక్కల్లో వీక్. అందుకే మా తాతగారు నాకు కోచింగ్ ఇచ్చారు. ఓపికగా తెలియని విషయాలు బాగా విడమర్చి చెప్పారు. ఒకటికి పదిసార్లు నాతో చేయించారు. అందుకే ఈ విజయానికి కారకులు మా తాతయ్యగారు!అంది.

ఒక్కసారిగా అందరు చప్పట్లు కొట్టారు.

తరువాత వంత ప్రియది.

!నేను కూడా లెక్కలలో కొంచం వెనుకబడ్డాను. మా నాన్నగారు నాకు లెక్కలు చెప్పేవారు. ఆయన పోయారు. నాకు లెక్కలు ఎవరు చెప్తారా అని వాపోయాను. అప్పుడే మా తాతయ్య వచ్చారు. ఆయన లెక్కలలో దిట్ట. రోజు రాత్రి నాకు లెక్కలు చెప్పేవారు. ఎన్నిసార్లు సందేహాలు అడిగిన ఓపికగా చెప్పేవారు. నాతోపాటు రాత్రంతా మేలుకుని ఉండేవారు. ఆయన లేకపోతే లెక్కలలో నాకు సెంట్ పర్సంట్ వచ్చేది కాదు. ఆయనకు ఎంత ధ్యాంక్స్ చెప్పిన సరిపోదు!అంది.

మళ్ళీ చప్పట్లతో ఆడిటోరియం మార్మోగిపోయింది.

విద్యాశాఖ సెక్రటరి మైక్ ముందుకు వచ్చాడు.

!తమ ఇద్దరి విజయానికి వాళ్ళ తాత్యయలు కారకులు అని ఇద్దరు చెప్పారు. దయచేసి వాళ్ళను స్టేజి మీదకు రావలసిందిగా కోరుతున్నాను!అన్నాడు.

ముందు శృతి రమణ దగ్గరకు వెళ్ళి చెయ్యిపట్టుకుంది. అదే టైంలో ప్రియ కూడా వచ్చి పట్టుకుంది. ఇద్దరు అతన్ని పట్టుకుని స్టేచి మీదకు తీసుకువెళ్ళారు.

చూస్తున్నవాళ్ళంతా ఆశ్చర్యపోయారు.

ఇద్దరు అక్కచెల్లెలు కారు. ఇద్దరి కుటుంబాలకు ఏ విధమైన సంబంధం లేదు. కనీసం దూరపు బంధువులు కూడా కారు. అయిన ఇద్దరికి ఒకరే తాతయ్య.

అందరు ఆశ్చర్యంతో వింత చూసినట్టు చూస్తున్నారు. జాహ్నవి

మాత్రం షాక్ లో బిగుసుకుపోయింది.

ఆ గదిలో సాగర్ మీనాక్షి శృతి ప్రియ జాహ్నవి రమణ ఉన్నారు. అది యస్ పి బంగళా. ఫంక్షన్ అయిన తరువాత జాహ్నవి ప్రియను తీసుకుని బయలుదేరింది. అప్పుడే సాగర్ పంపిన కారు డ్రైవర్ వచ్చాడు.

!మిమ్మల్ని యస్ పి గారు పిలుచుకుని రమ్మన్నారు!అన్నాడు డ్రైవర్.

!ఎందుకు?అడిగింది జాహ్నవి.

!మీతో మాట్లాడాలని చెప్పారు. రమణ కడా అక్కడే ఉన్నారు!అన్నాడు డ్రైవర్.

!వెళదాం అమ్మా. తాతయ్య కూడా ఉన్నారు కదా!అంది ప్రియ.

సరే అనికారులో కూర్చుంది జాహ్నవి. ఆమె మనస్సు స్తబ్ధుగా ఉంది. జరిగింది జీర్ణం చేసుకోలేకపోతుంది. శృతి గురించి ఆమెకు చూచాయిగా తెలిసింది. ఆమె యస్ పి కూతరని అప్పుడే తెలిసింది. అప్పుడు పెద్దగా ఆశ్చర్యపోలేదు. కాని సంతోషపడింది. తన కూతరు కూడా యస్ పి అమ్మాయితో పోటిపడింది. ర్యాంకు సంపాదించుకుందని మురిసిపోయింది. ఎప్పుడైతే శృతి రమణను స్టేజి మీద తన తాతయ్యఅని పరిచయం చేసిందో అదిరిపడింది. అప్పుడే యస్ పి కొడుకు రమణ కొడుకని తెలిసింది.

ఒక సునామి అలతాకినట్టుగా కదిలిపోయింది జాహ్నవి. ఒక యస్ పి తండ్రి తన ఇంటికి ఎందుకు వచ్చాడో తెలియలేదు. అబద్ధం ఎందుకు

చెప్పాడో అర్ధం కాలేదు. పైగా ఇంటి పనంతా చేశాడు. ఒక నౌకరులా ప్రవర్తించాడు కాని రమేష్ బాబయ్ లా ప్రవర్తించలేదు. ఎందుకు?అన్ని ప్రశ్నలే ఒక్కదానికి జవాబు లేదు.

కారు యస్ పి బంగళా పోర్టికోలో ఆగింది. బయట ఒక ఆర్డర్లీ నిలబడిఉన్నాడు. జాహ్నవిని ప్రియను లోపలికి తీసుకువెళ్ళాడు. విశాలమైన హాలులో యస్ పి సాగర్ రమణ కూర్చుని ఉన్నారు. వాళ్ళకు ఎదురుగా మీనాక్షి శృతి ఉన్నారు.

!రామ్మా జాహ్నవి!అన్నాడు ఆప్యాయంగా రమణ.

మీనాక్షి వచ్చి ఆమె చెయ్యి పట్టుకుని సోఫా దగ్గరకు తీసుకువెళ్ళింది.

!ఏమిటిదంతా. ఎందుకు ఇంత పెద్ద నాటకం ఆడారు!అడిగింది జాహ్నవి.

!అది చెప్పటానికే నిన్ను ఇక్కడికి తీసుకువచ్చాను. చెప్పవలసిన టైం వచ్చింది!ఉపోద్ఘాతం లేకుండ అసలు విషయం చెప్తాను. నేను రమేష్ బాబాయ్ ను కాను. అసలు మా ఇద్దరి మధ్య ఏ వరుస లేదు. రమేష్ ఎవరో కూడా నాకు తెలియదు. !

!అలాంటప్పుడు అబద్ధం చెప్పి ఎందుకు ఇంట్లో చేరారు!అడిగింది జాహ్నవి.

!ఆ రోజు రమేష్ ను గొడవల్లో కాల్చింది ఎవరో కాదు. నా కొడుకు. అంటే ఈ జిల్లా యస్ పి సాగర్. అతను కూడా కావాలని నీ కొడుకును చంపలేదు. అనుకోకుండ జరిగిపోయింది. సరిగ్గా అతను కాల్చినప్పుడు నీ భర్త రమేష్ అడ్డుగా వచ్చాడు.దాంతో తుపాకి తూటా అనుకోకుండ అతనికి తగిలింది. దాంతో అతను

చనిపోయాడు. జరిగిన సంఘటన చూసి సాగర్ చాల బాధపడ్డాడు. మీ ఇంటికి వచ్చి మిమ్మల్ని క్షమాపణ కోరాలని అనుకున్నాడు. !

!కాని నేనే వద్దని చెప్పాను. అతను ఒక జిల్లా యస్ పి. పైగా ఐపియస్ ఆఫీసర్. మీ ఇంటికి వస్తే బాగుండదు. మాములు మనిషి అయితే అందరు మెచ్చుకుంటారు.కాని ఒక పోలీస్ అఫీసర్ వస్తే ఆ ఉద్యోగం విలువ తగ్గిపోతుంది. అందరికి పోలీస్ ల మీద పోలీస్ వ్యవస్థ మీద చిన్న చూపు తగులుతుంది. అందుకే నా కొడుకుకు బదులు నేను వెళ్ళాలని నిశ్చయించుకున్నాను. కాని ముందు మీ కుటుంబం గురించి తెలుసుకోవాలని అనుకున్నాను.!

!ఇద్దరు కానిస్టెబుల్స్ ను పంపి నీ గురించి పూర్తి వివరాలు తెలుసుకున్నాను. నువ్వు ఒక పెద్ద కంపెనిలో మంచి ఉద్యోగం చేస్తున్నట్టు అప్పుడే తెలిసింది. ప్రియ పదవ క్లాసు చదువుతుందని కూడా తెలిసింది. మాములుగా వెళితే నువ్వు ఇంట్లోకి రానివ్వవు. అందుకే రమేష్ కు బాగా తెలసని బాబాయ్ వరస అవుతానని అబద్ధం చెప్పాను. నువ్వు కూడా నమ్మావు. నీ ఇంట్లో చోటు ఇచ్చావు. !

!ఒక మద్య తరగతి ఇంట్లో ఆ ఇంటి యజమాని చనిపోతే ఆ కుటుంబం నానా ఇబ్బందులు పడుతుంది. ఆర్ధికంగా శారీరకంగా ఎన్నో సమస్యలు ఎదురుకుంటారు. ఈ రెండు ఎలోగో తట్టుకోగలరు కాని మగతోడు లేకుపోతే బయపడిపోతారు. పైగా నువ్వు అందంగా వయస్సులో ఉన్నావు. టీనేజ్ కూతురు కూడా ఉంది. అందరి మగవాళ్ళు కళ్ళు నీ మీదే ఉంటుంది. !

!నీకు తోడుగా నీ కూతరుకు తాతయ్యగా ఉండాలని నీ ఇంట్లో అడుగుపెట్టాను. నిజానికి నా కొడుకు తప్పుచెయ్యలేదు. తన డ్యూటి మాత్రం చేశాడు. కాని అనుకోకుండ నీ భర్త దానికి బలిఅయ్యాడు. నా కొడుకు తప్పచెయ్యకపోయిన తప్పుచేసినట్టు ఫీలయ్యాను. అతనికి బదులుగా నేను శిక్ష అనుభవించాలని తీర్మానించుకున్నాను. ఒక సంవత్సరం పాటు మీ ఇంట్లో పనిచేశాను. ప్రతి క్షణం నా వాళ్ళ సహాయంతో నిన్ను నీ కూతురిని కంటికి రెప్పలా చూసుకున్నాను. ప్రియ లెక్కలలో వీక్ అని నాకు తెలుసు. అందుకే తనకు బాగా లెక్కలు చెప్పాను. నిన్ను మదన్ లాంటి వాళ్ళ బారినుంచి కాపాడాను. నేను అనుకున్నట్టుగానే జరిగింది. ప్రియ మంచి ర్యాంకు సంపాదించుకుంది. నువ్వు మంచి ఉద్యోగస్థురాలివని పేరు సంపాదించుకున్నావు. సన్మానం కూడా పొందావు. !

!ఇక నా తోడు సహాయం నీకు అవసరం లేదనిపించింది. అందుకే నిన్ను పిలిచి నిజం చెప్పుతున్నాను. ఇది జరిగింది. ఇప్పుడు చెప్పు నా కొడుకు తప్పుచేశాడా. నీభర్త చావుకు కారకుడయ్యాడా. నిర్ణయం నీ మీద ఆధారపడిఉంది. ఒక వేళ నా కొడుకు తప్పు చేశాడని నువ్వు అనుకుంటే నా కొడుకు వెంటనే ఉద్యోగానికి రాజీనామా చేస్తాడు.!అని ముగించాడు.

జాహ్నవి ఏం మాట్లాడలేదు. పిచ్చిదానిలా రమణ వైపు సాగర్ వైపు చూసింది.

జరిగిన సంఘటనలు అన్ని కళ్ళముందు కనిపించాయి.

రమణ ఒక యస్ పి తండ్రి. ఈ విషయం జాహ్నవికి తెలియదు.

అందుకే అన్ని పనులు అతనితో చేయించేది. చివరకు లెట్రిన్ కూడా కడిగాడు రమణ. అది తలుచుకుంటే సిగ్గుతో చితికిపోయింది జాహ్నవి. కాని ఒక్కసారి కూడా రమణ దానికి బాధపడలేదు. చెయ్యను అని చెప్పలేదు. చిరునవ్వుతో చేసేవాడు.

ఇంతకాలం తన భర్తకు చావుకు పోలీసులే కారకులు అని అనుకుంది జాహ్నవి. కాని ఇప్పుడు అసలు నిజం తెలిసింది. సాగర్ తలుచుకుంటే ఆ విషయాన్ని అప్పుడేమరిచిపోయేవాడు. కాని అతను మరిచిపోలేదు. చెయ్యని తప్పుకు బాధపడిపోయేవాడు. అది అతని సంస్కారానికి మంచితనానికి నిదర్శనం. అలాంటి కొడుకును కన్న రమణ ఎంతో ఉన్నతమైన వ్యక్తిత్వం ఉన్నవాడు. అందుకే కొడుకు చేసిన పనికి తనను తాను శిక్షించుకున్నాడు. ఒక నౌకరులా ఆమె ఇంట్లో పనిచేశాడు.

జాహ్నవి తట్టుకోలేకపోయింది. అమాంతం రమణ కాళ్ళమీద పడిపోయింది.

!నన్ను క్షమించండి. అమానుషంగా ప్రవర్తించాను. మీతో చెయ్యరాని పనులు చేయించాను!అంది వెక్కుతూ.

!ఇందులో నీ తప్పు ఏం లేదు. నేనే కావాలని మీ ఇంట్లో పనికి చేరాను. నా ఆశయం ప్రియకు మంచి ర్యాంకు తెచ్చుకునేలా సహాయం చెయ్యాలని. నా కోరిక నెరవేరింది. ఇప్పుడు నాకు ఏ విచారం లేదు. నా శేషజీవితం హాయిగా గడిపేస్తాను!అన్నాడు రమణ.

!అది మాత్రం నేను ఒప్పుకోను!అంది జాహ్నవి.

!అంటే!అన్నాడు రమణ.

!మీ శిక్ష పూర్తయింది కాదనను. కాని మీ బాధ్యత మాత్రం ఇంకా పూర్తికాలేదు. ప్రతి అదివారం మీరు మా ఇంటికి రావాలి. ప్రియతో కొంచం సేపు కాలక్షేపం చెయ్యాలి. ఇది మాత్రం కాదనకండి. మిమ్మల్ని చూడకపోతే ప్రియ ఉండలేదు!అంది.

ప్రియ మెల్లగా శృతి దగ్గరకు వెళ్ళింది.

!శృతి మీ తాతయ్యాను ఆ రోజు మాత్రం మా ఇంటికి పంపిస్తావా!అని బేలగా అడిగింది.

!తాతయ్య నాకు మాత్రమే కాదు. నీకు కూడా తాతయ్య. ఆయనతో నువ్వు ఎన్ని రోజులైన గడపవచ్చు. మీ ఇంట్లో ఎన్నిరోజులైన పెట్టుకోవచ్చు!అంది నవ్వుతూ.

అందరు ఒక్కసారిగా నవ్వారు. దాంతో అక్కడ వాతావరణం తేలికపడింది.

34

గదిని చాల అందంగా అలకంరించారు. అగరవత్తుల వాసన గుబాళిస్తోంది. మంచాన్ని పూర్తిగా పూలతో అలంకరించారు. గదిలో మంచం మీద కూర్చుని ఉంది జాహ్నవి. విశాల్ కోసం ఎదురుచూస్తోంది.

అప్పుడే విశాల్ లోపలికి అడుగుపెట్టాడు. చప్పున లేచి నిలబడింది జాహ్నవి.

!నేను నీ బాస్ ను కాను. ఇది ఆఫీసు కాదు. మన శోభనం గది!అని నవ్వాడు విశాల్.

జాహ్నవి కూడా సిగ్గుగా నవ్వింది.

!మీతో ఒక విషయం చెప్పాలి!అంది.

!చెప్పు. నువ్వు ఏం చెప్పిన వినటానికి సిద్ధంగా ఉన్నాను!అన్నాడు విశాల్.

!ఎట్టిపరిస్థితిలోను నేను ఉద్యోగం మాత్రం మానను!అంది.

!నేను మానమని చెప్పలేదే. కాని నిన్ను నా దగ్గరనుంచి మాత్రం దూరం చేసుకోను. అంటే నీకు ట్రాన్స్ ఫర్స్ ఉండవు అన్నమాట. తెలిసిందా!అన్నాడు.

జాహ్నవి జవాబు చెప్పకుండ తలకిందికి దించుకుంది. విశాల్ చేతులు పక్కనే ఉన్న లైట్ స్విచ్ మీదకు వెళ్ళింది. ఒ ఒక్కసారిగా గదిలో చీకటి నిండుకుంది.

బంగాళ పైన రమణ శృతి ప్రియ కూర్చుని ఉన్నారు. ముగ్గురు జ్యూస్ తాగుతున్నారు. రమణే ప్రియను యస్ పి బంగళాకు తీసుకువచ్చాడు.వాళ్ళతో గంటసేపటినుంచి కబుర్లు చెప్పుతున్నాడు. ఇద్దరు ఆసక్తిగా వింటున్నారు. టైం ఎంతయిందో తెలియదు. ఆకాశంలో చంద్రుడుదేదిప్యమానంగా వెలిగిపోతున్నాడు. !ఇప్పుడు మీకు ఒక మంచి ఆసక్తిని కలిగించే విషయం చెప్తాను!అని మొదలుపెట్టాడు.

అక్కడ శోభనం జరుగుతున్న విషయం చంద్రుడు గ్రహించినట్టున్నాడు. సిగ్గులో మెల్లగా మబ్బుల చాటుకు తప్పుకున్నాడు.

సమాప్తం.